உதயமாகிறான்

உதயசூரியன்

ஜெகாதா

சத்யா

Title:
Udhayamagiran
Udhayasooriyan
Jakatha

ISBN: 978-93-92474-90-3
Title Code : Sathyaa - 050

நூல் தலைப்பு
உதயமாகிறான்
உதயசூரியன்

நூல் ஆசிரியர்
ஜெகாதா

முதற்பதிப்பு
நவம்பர் 2023

விலை : ₹ 275

பக்கம் : 223

Printed in India

Published by
Sathyaa Enterprises
No.137, First Floor,
Choolaimedu,
Chennai - 600 094.
044 - 4507 4203

Email
sathyaabooks@gmail.com

உள்ளே...

குடும்பம்

1. கலைஞரின் பேரனாக இருப்பது எவ்வளவு பெருமை! — 6
2. உதயநிதியின் அம்மா — 10
3. ஒரு அரசியல்வாதியின் அழகிய குடும்பம் — 14
4. உதயநிதியின் அரசியல் பயணம் பற்றி ஸ்டாலின் — 20
5. உதயநிதியைப் பார்த்து பெருமை அடைகிறேன் — 22
6. இது என் தாத்தாவின் குருகுலம் — 24
7. குடும்பம் என்ற ஒன்றிருந்தால் அரசியல் செய்வார்கள்! — 26
8. மனைவியிடம் ஸ்டாலின் சொன்ன பொய் — 28
9. பதவியேற்பு விழாவில் பாசப்பிணைப்பு — 30
10. தந்தைக்கு உதயநிதி அளித்த ஓவிய பரிசு — 32
11. கலைஞரின் நிழலுக்கு பேரன் நேரில் ஆறுதல் — 33
12. சொந்த ஊரில் துர்கா ஸ்டாலின் பிரச்சாரம் — 35
13. துர்கா ஸ்டாலின் எனும் வலிய பின்புலம் — 37

சினிமா

14. சினிமாதான் என்னைத் தேர்ந்தெடுத்தது — 39
15. ரெட்ஜெயன்ட் மூவிஸ் விநியோகம் செய்த திரைப்படங்கள் — 42
16. ஒரு கல் ஒரு கண்ணாடி — 43
17. இது கதிர்வேலன் காதல் — 49
18. நண்பேன்டா — 52
19. கெத்து — 57
20. மனிதன் — 60
21. சரவணன் இருக்க பயமேன் — 64

22. நிமிர்		68
23. கண்ணே கலைமானே		71
24. சைக்கோ		75
25. கண்ணை நம்பாதே		78
26. புதுச்சேரி படப்பிடிப்பில் உதயநிதி		81
27. மாமன்னன்		83
28. நெஞ்சுக்கு நீதி		84

அரசியல்

29. 41 வயதில் இளைஞரணிச் செயலாளர்		86
30. நாடாளுமன்றத் தேர்தலில் பிரச்சாரம்		88
31. திமுக பொதுக்குழுவில் உதயநிதி அடித்த சிக்ஸர்		90
32. சினிமாவிலிருந்து சட்டமன்றத்திற்கு		92
33. எடப்பாடி தொகுதியில் பிரச்சாரம்		96
34. நம்பிக்கையூட்டும் இளைய திராவிட சூரியன்		98
35. பலமுறை ஏமாத்திட்டீங்க. ஏமாந்து போனீங்க!		103
36. உதயநிதி ஆட்டோவில் பிரச்சாரம்		106
37. செல்லாத நோட்டும் செங்கலும்		108
38. ஜெ மரணம் குறித்து கேள்வி எழுப்புங்கள்		111
39. எய்ம்ஸ் பிரிக்ஸ்		112
40. தைரியமிருந்தால் சோதனைக்கு வா		114
41. தாத்தா வழியில் நாத்திக சிந்தனை		116
42. நான் வன்முறையைத் தூண்டுகிறேனா?		119
43. குற்றச்சாட்டை மறுக்கிறேன்		121
44. ப்ளீஸ்.... பிரச்சாரம் செய்யாதீர்கள்		123
45. செல்லாத நோட்டுபோல மதிப்பிழக்கச் செய்யுங்கள்		124
46. எங்கேப்பா இந்த ஐடியாவை பிடிச்சே?		126
47. சட்டமன்றத் தேர்தல் வெற்றி நிலவரம்		136
48. தாத்தாவை மிஞ்சிய பேரன்		140
49. விதி மீறல் கைதும் விடுதலையும்		142
50. எங்கள் மயிலாப்பூர்		143
51. தந்தையை மிஞ்சிய தனயன்		145
52. மக்கள் அன்பன் உதயநிதி		147

#		
53.	மகேஷ் பொய்யாமொழி அளித்த பரிசு	149
54.	உதயசூரியன் மீண்டும் உதயமாக உதயநிதி காரணம்!	151
55.	உள்ளாட்சி தேர்தலும் உதயநிதி மீதான எதிர்பார்ப்பும்	154
56.	கல்லக்குடி ரயில் நிலையத்தில் உதயநிதி	156
57.	நீட்தேர்வுக்கு எதிராக மசோதா தாக்கல்	158
58.	நாளைக்கு அவர்தான் முதலமைச்சரா வர வேண்டும்!	159
59.	மோசமான கழிவறை... முகம் சுளிக்காத உதயநிதி	165
60.	அம்மா உணவகத்தில் ஆய்வு	168
61.	தறி மேடையில் அமர்ந்து நெசவாளர் குறை கேட்டார்	170
62.	உதயநிதி எங்கோ இருப்பவன் அல்ல	171
63.	முன்னாள் திமுக எம்.எல்.ஏ நினைவு தினத்தில்....	173
64.	நடுரோட்டில் புதுமணத் தம்பதியருக்கு வாழ்த்து	175
65.	ஒரு வார்த்தே.... தடாலடி உதவி!	177
66.	கொட்டும் மழையில் குறைகளைக் கேட்கும் உதயநிதி	179
67.	இருதய நோயாளி வேளாங்கண்ணி குடிசைக்குள்	181
68.	ஜெர்மன் தொழில் நுட்பத்தில் மழைநீர் வடிகால்	183
69.	ஸ்டாலின் தான் வாராரு.....!	185
70.	சேப்பாக்கம் குடியிருப்பு வாசியாகவே.....	186
71.	தலைமைக்கு தர்ம சங்கடத்தை உருவாக்க வேண்டாம்	187
72.	இதுதான் திராவிட மாடல்	189
73.	கலைஞர் போன்று நம் முதல்வர் செயல்படுகிறார்	191
74.	உதயநிதி ஸ்டாலினின் சட்டமன்ற சன்னிப் பேச்சு	193
75.	அமைச்சராக பொறுப்பேற்ற நாளில்....	213
76.	இந்தியாவின் விளையாட்டுத் தலைநகரம் தமிழ்நாடு	216
77.	உதயநிதியின் விளையாட்டுத்துறை புத்துணர்ச்சி பெறுகிறது	218
78.	சனாதன ஒழிப்பு மாநாடு சர்ச்சை	220

கலைஞரின் பேரனாக இருப்பது எவ்வளவு பெருமை?

எப்போதுமே மனம் திறந்து ஒளிவு மறைவின்றி வெளிப்படையாக பேசும் பழக்கமுடையவர் உதயநிதி. டைம்ஸ் ஆப் இந்தியா இதழுக்கு அவர் அளித்துள்ள பேட்டி இதனை உறுதிப்படுத்தும் விதமாக உள்ளது.

“நான் மக்களவைத் தேர்தல் பிரச்சாரத்தை முடித்துவிட்டு வந்த போது எனக்கு கட்சியில் முக்கிய பொறுப்பு தரப்பட வேண்டுமென்று மாவட்டச் செயலாளர்கள் தலைமையை வற்புறுத்தினார்கள். எனது பிரச்சாரத்திற்கு இளைஞர்களிடையே நல்ல ஆதரவு இருப்பதாக அவர்கள் தலைமையிடம் விளக்கினார்கள்.”

சீமான் மற்றும் கமல்ஹாசன் போன்றோர் அரசியல் களத்தில் இருப்பதால் கட்சியின் பொறுப்பில், ஒரு இளைஞரை நியமிக்க வேண்டிய தேவையும் எழுந்தது.

தொடக்கத்தில் இந்தப் பொறுப்பை ஏற்கும்படி தலைமை என்னிடம் சொன்னபோது கட்சிக்கு இன்னும் அதிகம் செய்ய வேண்டியிருப்பதால் அதை மறுத்தேன். ஆனால் ஏற்க வேண்டிய காலச் சூழலால் பொறுப்பை ஏற்றுக் கொண்டேன்.

நான்தான் தி.மு.க.வின் எதிர்காலம் என்பதை நிச்சயம் ஏற்றுக் கொள்ள மாட்டேன். முதலில் இந்தப் பொறுப்பில் என்னை நிரூபிக்க வேண்டியுள்ளது. நிறைய எதிர்பார்ப்புகள் என் மீது உள்ளன.

நாங்கள் ஒரு புதிய செயல் திட்டத்தை உருவாக்கி வருகிறோம். இதற்காக ஒரு தனிக்குழுவே பணியாற்றி வருகிறது. தி.மு.க. இளைஞர் அணியில் உறுப்பினர் எண்ணிக்கையை அதிகரிக்க வேண்டிய தேவை உள்ளது.

வேலூர் தேர்தல் தான் எங்கள் வியூகத்திற்கான முதல் சோதனை. அரசு இயந்திரம் முழு பலத்துடன் அங்கே களமிறங்கியது. ஆனாலும் நாங்கள் கடுமையாக உழைத்தோம். வெற்றி கிடைக்குமென உறுதியாக நம்புகிறோம்.

நான் அரசியலில் நீண்ட நாட்களாகவே ஈடுபட்டு வருகிறேன். என் தந்தைக்காக ஆயிரம் விளக்கு மற்றும் தயாநிதி மாறனுக்காக மத்திய சென்னை ஆகிய இடங்களில் பிரச்சாரம் செய்துள்ளேன்.

சினிமாவில் நடித்திருக்கவில்லை என்றார் நான் பிரபலமாகியிருக்க மாட்டேன். சினிமாதான் எனக்கான வெளிச்சத்தை தந்தது. நான் இன்னும் சில படங்களில் நடிக்கலாம் என திட்டமிட்டுள்ளேன்.

நான் சிறந்த பேச்சாளன் கிடையாது. எனவே உரையாடல் பாணியில் பேசுகிறேன். அதற்கு பொது மக்களிடமிருந்து சிறப்பான வரவேற்பு கிடைக்கிறது. கலைஞரை எங்களின் தாத்தா என்பதை விட தலைவராகத்தான் அதிகம் பார்த்தேன். அவரின் மீது ஒருவித பயம் இருக்கும். நான் கல்லூரி படிக்கும் காலத்தில் தான் அவரின் பேரனாக இருப்பது எவ்வளவு பெருமை என்பதை உணர்ந்தேன்.

அந்த நாட்களில் அவர் தொலைபேசியில் அழைத்தால் கூட எழுந்து நின்றுதான் பேசுவோம். அவருடன் கோபாலபுரம் இல்லத்தில் கடந்த 1980களில் கிரிக்கெட் ஆடியுள்ளோம். அவர் தனது கடின உழைப்பு மற்றும் திறமையால் பலரையும் கவர்ந்துள்ளார்.

எனக்கு வழங்கப்பட்ட பொறுப்பில் என்னை நிரூபிக்க வேண்டி தனது தந்தை நிறைய அளவுகோல்களை நிர்ணயித்துள்ளார். எனவே எனக்கு இது சவாலான ஒன்று.

எனது தந்தையையும் தாத்தாவையும் ஒப்பிட முடியாது. யாரையும் யாருடனும் ஒப்பிடுவது கடினம்.

அண்ணாவை பெரியாருடனும், கலைஞரை அண்ணாவுடனும் ஒப்பிடுவீர்களா? ஒவ்வொருவருக்கும் ஒவ்வொரு தனித்துவம் உண்டு.

ஒவ்வொரு தலைவரின் தனித்துவத்தினால் நாம் கவரப்படுகிறோம். என் தந்தையின் கடின உழைப்பும் எனது தாத்தாவின் பன்முகத் தன்மையும் என்னை மிகவும் கவர்ந்தவை.

கொள்கை இல்லாமல் எந்தவொரு அரசியல் கட்சியும் நிலைக்க முடியாது. திராவிட சித்தாந்தம் நீர்த்துப் போய்விடவில்லை. பெரியார் சிலை சேதப்படுத்தப்பட்ட போது தமிழகமெங்கும் எழுந்த எதிர்ப்பே அதற்கு சாட்சி.

தேவையான போதே நம்பிக்கைகள் வெளியே வரும். ஹிந்தியை திணிக்க மத்திய அரசு முயன்ற போது தமிழகத்திலிருந்து கடும் எதிர்ப்பு எழுந்ததைப் பார்த்தோம்.

திராவிட சித்தாந்தம் தமிழகத்தில் வலுவாக இருப்பதாலேயே கடந்த தேர்தலில் மோடியால் இங்கே ஒரு இடத்தைக் கூட வெல்ல முடிய வில்லை.

பாரத ஜனதாவுடன் கூட்டணி சேராமல் இருந்திருந்தால் அதிமுக இன்னும் சில கூடுதல் இடங்களில் வென்றிருக்கலாம் என்பது என் கருத்து.

படிக்கும் விஷயத்தில் எனது தாத்தாவை யாரும் மிஞ்ச முடியாது. முரசொலியில் அவர் எழுதிய கடிதங்கள் மற்றும் அவரின் நெஞ்சுக்கு நீதி புத்தகத்தை நான் படித்து வருகிறேன்.

தனித்தமிழ்நாடு என்பதற்கான தேவை என்பது இப்போது எழவில்லை. ஆனால் மத்திய அரசின் கொள்கைகள் மோசமாக இருந்தால் அதற்கான குரல்கள் நிச்சயம் எழும். கட்சித் தலைமை தான் அது குறித்து முடிவு செய்யும்.

நான் ஒரு நாத்திகன். முன்பெல்லாம் தேர்வு சமயத்தில் பிரார்த்தனை செய்வேன். ஆனால் பின்னர் பெரியாரைப் பற்றி நன்கு படித்து நாத்திகன் ஆகிவிட்டேன். அதே சமயம் பிறரின் நம்பிக்கையில் குறுக்கிட மாட்டேன். கோயிலுக்குச் செல்லுமாறு எனது தாய் என்னை வற்புறுத்தியதில்லை.

எங்கள் வீட்டின் எதிரிலேயே கோயில் இருக்கிறது. ஆனால் கிரிக்கெட் விளையாடுகையில் பந்து உள்ளே சென்று விட்டால் மட்டுமே நான் கோயிலுக்குள் சென்றுள்ளேன்.

அடிக்கடி இப்படி பந்து செல்வதற்காக அந்த கோயிலின் பூசாரி எங்கள் தாத்தாவிடம் புகார் தெரிவித்த சம்பவங்களும் உண்டு என்றார் உதயநிதி ஸ்டாலின்.

2. உதயநிதியின் அம்மா

தன்னுடைய 44 ஆம் ஆண்டு திருமண நாளை முன்னிட்டு உதயநிதியின் அம்மா துர்கா ஸ்டாலின் ஊடகத்திற்கு அளித்துள்ள ஒரு சிறப்பு நேர்காணலில் பல்வேறு சுவாரஸ்யமான தகவல்களை பகிர்ந்துள்ளார்.

அதில் அவரின் வாழ்க்கை முறை பற்றிய உதயநிதி மற்றும் ஸ்டாலின் பற்றியும் பல்வேறு கருத்துக்களை பகிர்ந்துள்ளார்.

அதில், 'நான் எந்த ஊருக்கு போனாலும் முதலில் காலை எழுந்த வுடன் அந்த ஊரில் உள்ள கோயிலுக்கு தான் செல்வேன். அவ்வளவு ஏன் கோபாலபுரத்தில் உள்ள கிருஷ்ணர் கோயிலுக்கு தினமும் காலை சென்று வருவேன்.

குழந்தைகள் படிப்பு பற்றி சொல்ல வேண்டுமானால் என் மகளும், உதயநிதியும் சிறுவயதாக இருக்கும் போது என்னிடம் நன்கு அடி வாங்குவார்கள். என்னைக் கண்டாலே உதயநிதிக்கு ரொம்ப பயம். ஆனால் அவங்க அப்பாகிட்ட மிகுந்த செல்லம்.

அதனால் தான் எதுவாக இருந்தாலும் முதலில் அவுங்க அப்பா விடம் சொல்லிவிட்டு பின்பு எனக்கு தெரியப்படுத்துவான். என்னை பொறுத்தவரையில் சரியாக படிக்க வேண்டும். சரியான நேரத்தில் எழுந்திருக்க வேண்டும் என கண்டிஷன் போட்டு வளர்த்தேன்.

அவர் வரும் வரையில் நான் வீட்டிற்குள் வராமல் உள்ளே வர மாட்டேன் என உதயா தெரிவிப்பாராம்.

அதாவது முரசொலியில் வேலை செய்து கொண்டிருந்தபோது ஸ்டாலின் வீடு திரும்ப இரவு தாமதமாகுமாம். அந்த தருணத்தில் கூட அவர் வந்தால் தான் வீட்டிற்குள் வருவேன் என வெளியில் இருக்கும் சோபாவிலேயே அமர்ந்து இருப்பாராம் உதயநிதி.

இதை எல்லாம் தாண்டி உதயாவின் கிருத்திகா மீதான காதலை கூட முதலில் துர்கா அவர்களிடம் சொன்னால் ஏற்றுக் கொள்ள மாட்டார்கள் என எண்ணி, ஸ்டாலினிடம் தான் முதலில் காதல் விஷயத்தை ஓபன் செய்தாராம்.

அப்போதுகூட பயந்து பயந்து அப்பாவிடம் தனியாக பேச வேண்டும் என்று கூறி பின்னர் மெதுவாக சொன்னாராம் உதயநிதி.

பின்னர் ஸ்டாலின் மூலம் துர்கா அவர்களுக்கு தெரியவரவே பெரிசா ஒன்றும் கோபப்படவில்லையாம். மேலும் அது எதிர்பார்த்த ஒன்றுதான் என கூலாக சொல்லி விட்டாராம் துர்கா ஸ்டாலின்.

மருமகள் கிருத்திகா பற்றி தெரிவிக்கும் போது 'நாங்களே தேடி கண்டுபிடித்து இருந்தாலும் இது போல மருமகளை பெற்று இருக்க மாட்டோம். அவர் மருமகள் அல்ல. எங்களுக்கு மகள் போன்று தான்.

நாங்கள் மாமியார் மருமகள் போன்று நடந்து கொள்ள மாட்டோம். அம்மா மகள் போன்று எல்லாவற்றையும் நன்கு பேசிக் கொள்வோம் என மருமகளை புகழ்ந்து தள்ளி உள்ளார் துர்கா ஸ்டாலின்.

கலைஞர் குடும்பத்தில் திறமையான மருகளாக மட்டுமின்றி, தன்னுடைய மருமளுக்கும் சிறந்த மாமியாராக நல்ல தோழியாக வாழ்க்கை வழிகாட்டியாக, நல்லது கெட்டது சொல்லிக் கொடுத்து

வாழ்க்கை புரிதலை உணர்த்தும் சிறந்த தாயாகவும் விளங்குகிறார் துர்கா ஸ்டாலின்.

துர்கா ஸ்டாலின் தம்பதியின் மகன் உதயநிதி ஸ்டாலினும் சரி, மகள் செந்தாமரையும் சரி அப்பாவுக்கு ரொம்ப செல்லம். ஆனால் அம்மா துர்காவிடம் கொஞ்சம் புயம்தான்.

பள்ளிக்கு நேரத்துக்கு செல்வது முதல் குடும்பத்தினர் அனைவரும் ஆரோக்கிய உணவை மட்டுமே எடுத்துக் கொள்ள வேண்டும் என்பது வரை கண்ணும் கருத்துமாக பார்த்து பார்த்துப் பிள்ளை களை வளர்த்தவர்.

மாடி தோட்டத்தில் கற்றாழை துளசி என மூலிகை செடிகளை வளர்த்து அதனை தேவைப்படும்போது பயன்படுத்துவார் மாடி தோட்டத்தில் கீரைகள் வளர்த்து ஆரோக்கிய உணவிற்கு முக்கியத்துவம் கொடுப்பவர்.

பகுத்தறிவு சிந்தனை குறித்து தி.மு.க பேசினாலும் தனக்கு கடவுள் மீது நம்பிக்கை உள்ளது என்பதை எந்த மாற்று கருத்தும் இல்லாமல் வெளிப்படையாகவே கோயில்களுக்கு சென்று வழிபாடு செய்து வருபவர் துர்கா ஸ்டாலின்.

அதே போன்று தன்னுடைய விருப்பத்திற்கு தடை சொல்ல மாட்டார்கள் என கலைஞர் பற்றியும் ஸ்டாலின் பற்றியும் பெருந் தன்மையாக வெளிப்படுத்துபவர் துர்கா ஸ்டாலின்.

சிறுவயது முதலே புத்தகம் படிப்பதில் அதிக ஆர்வம் கொண்டவர். அதிலும் கதைகள் என்றால் விரும்பி படிப்பவர். இப்படி பல புத்தகங்கள் படித்து தன்னை மேன் மேலும் செம்மையாக்கி கொண்டவர் துர்கா ஸ்டாலின்.

மேலும் கலைஞரின் புத்தகம் படிப்பது அவ்வளவு பிடிக்குமாம்.

குடும்பத்தலைவி என்ற ஒரு விஷயத்தை தாண்டி கட்சியை கட்டுக் கோப்பாக வைத்திருக்கும் ஸ்டாலினின் ஒவ்வொரு நகர்வுக்கும் துணையாக இருந்து சாதனை புரிந்து வருபவர் துர்கா ஸ்டாலின்.

திருமணமான நாள் முதல் இன்று வரை குடும்ப தலைவியாகவும் அரசியல் வாழ்க்கையில் எந்த ஒரு சமயத்திலும் ஸ்டாலினுக்கு உறுதுணையாக இருந்து கட்டிகாத்து வருபவர்.

துர்கா ஸ்டாலினை பொறுத்தவரையில் எந்த ஒரு முடிவு எடுத்தாலும் தீர்க்கமாக எடுக்க கூடியவர். அவர் எடுக்கும் எந்த முடிவிலும் ஒரு தெளிவு இருக்கும்.

தி.மு.க. தலைவர் ஸ்டாலினின் மனைவி துர்கா என தெரிந்தவருக்கெல்லாம், அவர் பள்ளி பருவத்தில் இருந்தே எப்படிப்பட்ட திறமைசாலி என்று அறிய வாய்ப்பு இல்லை.

துர்கா அவர்கள் பள்ளி பருவத்தில் அனைத்து போட்டிகளிலும் கலந்து கொண்டு பரிசு வென்றவர். குறிப்பாக விளையாட்டு என்றாலே அலாதி பிரியம்.

3

ஒரு அரசியல்வாதியின் அழகிய குடும்பம்

கோபாலபுரம் நாலாவது தெரு முதல்வர் கருணாநிதியின் இல்லம்.

வீட்டின் மாடிப்படியில் தான் கலைஞரின் வாசம். கீழ் ஃப்ளோர் தன் மகன் ஸ்டாலின் குடும்பத்துக்கும் அவர் தம்பி தமிழரசு குடும்பத்துக்கும்.

1996 ஆம் ஆண்டு கலைஞர் ஆட்சிக் கட்டிலில் இருந்த நேரம்.

தந்தையுடன் திருவாரூருக்குச் சென்று திரும்பியிருந்தார் ஸ்டாலின்.

ஸ்டாலின் குடும்ப வாழ்க்கை குறித்த செய்திகளை விகடன் எடுத்த பேட்டியில் அது மிகவும் குடும்பத்தனமாக வெளிப்படுத்தப் பட்டிருந்தது.

ஸ்டாலினின் மனைவி துாகா நெற்றியில் ஒரு ரூபாய் சைஸுக்கு பளிச்சென்றிருந்த திலகம் பற்றி கூறுகிறார் துர்கா ஸ்டாலின்.

'கல்யாணத்துக்கு முன்னே வரைக்கும் சின்னப் பொட்டுதான். இங்கே வந்தப்பரம் தான் அத்தை வெச்சுகறதைப் பார்த்து எனக்கும்

பிடிச்சுப் போச்சு. எங்க வீட்டுப் பெண்களின் முத்திரை இது' என்று பெருமை பொங்க தயக்கமின்றி மளமளவென தன்னுடைய மனைவி பேசுவதை தனக்கேயுரிய ஒருங்களித்த உதட்டேறப் புன்னகையுடன் ஸ்டாலின் ரசித்திருக்கிறார்.

அவர்கள் இருவரின் திருமணம் சம்பந்தமான கேள்விகளை துர்கா ஸ்டாலின் கூச்சத்துடன் தவிர்க்க முயன்றபோது ஸ்டாலின் அதற்கு பதில் கூறினார்.

'துர்காவை எனக்குப் பார்த்து கல்யாணம் பண்ணி வச்சது மாறன் மாமாதான். அவரோட மனைவிக்கு இவர் உறவுமுறை.

மாநிலக் கல்லூரியில் பி.ஏ. ரெண்டாவது வருசம் படிக்கும்போது எனக்கு கல்யாணம். எனக்கு 22 வயசு. துர்காவுக்கு 17. திடீர்னு திருவெண்காடு கூட்டிட்டுப் போய் துர்காவைக் காட்டினாங்க.

கல்யாணத்துக்காக நான் பார்த்த ஒரே பெண் துர்காதான். அவளுடைய பணிவு, அழகு, சாந்தம் எல்லாம் என்னை உடனே சம்மதிக்க வச்சிடுச்சு.

திருமணம் முடிந்த ஆறே மாதங்களில் மிசா பயங்கரம். கிட்டத் தட்ட ஒரு வருடம் சிறையில் உடம்பாலும் மனதாலும் அடுத்தடுத்து அடிபட்டார் ஸ்டாலின்.

அது குறித்து ஸ்டாலின் 'புது மனைவியைப் பிரிஞ்சிருக்கோம்ங்கிற என் உணர்வுகளை விட இதனால் துர்கா எந்த அளவுக்கு அதிர்ச்சி அடைஞ்சிருப்பானு நினைக்கறப்பதான் கஷ்டமா இருந்தது.' 'நீ அவனைக் கல்யாணம் பண்ணிட்ட நேரம். அவன் சிறைக்கு போயிட்டான்னு அவள் சொந்தக் கிராமத்துல அவளைப் பற்றி யாராவது ஏதாவது பேசப்போய் அதனால அவ, உடைஞ்சிடுவாளோன்னு ரொம்ப பயப்பட்டேன்' என்றார்.

துர்கா ஸ்டாலின் அதனைத் தொடர்ந்து நான் அதிர்ச்சி அடைந்தேன் என்பது நிஜம்தான் ஆனா இவரது சிறைவாசத்தால் நான் துளிகூட நம்பிக்கை இழக்கவில்லை.

சொல்லப்போனா அந்த ஒரு வருஷப் பிரிவு தான் முதன் முதலான எங்களுக்குள்ளே அதிகமான நெருக்கத்தையே உருவாக்கியது.

வாரத்துக்கு ஒருநாள் அதுவும் இருபது நிமிஷம் மட்டுமே அவரைப் பார்த்து பேசிக்கலாம்னு ஜெயில்ல ஆர்டர் போட்டாங்க. இருபது நிமிஷத்தில என்ன பேசிக்கர்றது? மௌனமா பார்த்திட்டே நிற்போம் என கண்களில் நீர் கசிய கூறினார் துர்கா.

கலைஞர் கருணாநிதியும், தயாளு அம்மாளும் துர்காவைச் சாந்தா என்றுதான் கூப்பிடுவார்களாம்.

'என்னோட பேர் 'துர்கா'னு சாமி பேரா இருந்ததினால் நான் இந்த வீட்டுக்கு வந்ததும் மாமா (கலைஞர்) என் பெயரை 'சாந்தா'ன்னு மாத்திட்டார்.'

வாக்கப்பட்டது புகழ்பெற்ற நாத்திகக் குடும்பத்தில் என்றாலும் துர்காவுக்கு கடவுள் பக்தி அதிகம்.

வெள்ளிக்கிழமைகளில் வீட்டுக்கு எதிரே இருக்கும் ஸ்ரீ வேணு கோபாலசுவாமி கோயிலுக்கு தவறாது செல்வேன்.

துர்காவின் நான் வெஜ் சமையல் முதல்வர் கலைஞரின் உறவினர்கள் அத்தனை பேர் மத்தியிலும் பிரசித்தமாம். மீன் வகையறாக்களை ஆசையோடு ஒருகை பார்க்கிற ஸ்டாலினுக்கு இதில் பெருமையாம்.

'நாம் இருவர் நமக்கு இருவர்' குடும்பம் ஸ்டாலினுடையது.

அப்போது மகன் உதயநிதிக்கு வயது 20. லயோலா கல்லூரியில் பி.காம் இறுதி ஆண்டு.

சுறுசுறுப்பும், சிரிப்பும் நிறைந்த மகள் செந்தாமரை பத்தாம் வகுப்பு. வயது 15.

வீட்டில் நீங்கள் எப்படி? என ஸ்டாலினை நோக்கி கேட்கப் பட்டதில் உதயநிதியும், செந்தாமரையும் 'எங்க செல்ல அப்பா' என்று தந்தையை கட்டிக் கொள்கிறார்கள். பிள்ளைகள் இருவரை யும் பக்கத்தில் இழுத்து வைத்துக் கொண்டு பேசிக்கொண்டே இருப்பது ஸ்டாலினுக்கு ரொம்ப பிடிக்கும்.

ராத்திரி 12 மணிக்கு வந்தால் கூட 'ஏய் கொஞ்ச நேரம் பேசி விட்டுத் தூங்கலாமா?' என்று அவர்களை எழுப்பி விடுவாராம்.

காரணம் இளமையில் என் அப்பாவுடன் நான் கழித்தது மிகக் கொஞ்ச நேரம் தான். என்னுடன் இருங்கள் என்னுடன் பேசுங்கள் என்று என் அப்பாவிடம் சொல்ல முடியவில்லை.

ஆனால் என் மகன் என்னிடம் ஆயிரம் கேள்விகள் கேட்கிறான். சண்டை போடுகிறான் என்கிறார் ஸ்டாலின்.

என்ன வேலை இருந்தாலும் சரி. மாதம் ஒரு முறையாவது குடும்பத் தோடு வெளியே போய் ஏதாவது ஹோட்டலில் சாப்பிடுவது, அபூர்வமாக ஈஞ்சம்பாக்கத்தில் இருக்கும் டிரைவ் இன் தியேட்டருக்கு குடும்பத்துடன் போய்ப் படம் பார்ப்பது எங்கள் பழக்கம்.

வெளியே கிளம்பினால் பிள்ளைகள் ராஜ்ஜியம்தான்.

'அப்பா நீயே கார் ஓட்டு' என்று பிள்ளைகள் டிரைவரை இறக்கி விட்டு விடுவார்கள். அந்த மாதிரி ஹோம்லியான தருணங்களில் ஸ்டாலின் போட வேண்டிய டிரெஸ் கூட அவர்கள் விருப்பப்படி தான்.

ஸ்டாலினின் ஒவ்வொரு பிறந்த நாளுக்கும் துர்கா எடுத்துத் தரும் பேண்ட் ஷர்ட்டுக்கு இந்தத் தருணங்களில் தான் வேலைவரும்.

சூர்யா டிவி தொடரில் நடித்துக் கொண்டிருந்தபோது ஸ்டாலின் தைத்துக் கொண்ட சஃபாரி சூட், கறுப்புக் கண்ணாடியெல்லாம் கூட சில சமயம் பீரோவிலிருந்து வெளிவரும்.

'அரசியலில் பையனுக்கு துளியும் இஷ்டமில்லை. எம்.பி.ஏ படித்திட்டு ஏதாவது பிசினஸ் பண்ணனும்ங்கிறது தான் அவன் ஐடியா' என்று உதயநிதியைப் பார்த்தப்படி கூறினார் ஸ்டாலின்.

அரசியல்வாதியின் பிள்ளை என்பதையே எதிர்மறையான ஒரு விஷயமாகக் காட்டி லயோலா கல்லூரியில் தன் மகனைச் சேர்க்கத் தயங்கியதை நினைவு கூர்ந்தார் ஸ்டாலின்.

'வேண்டாங்க. சேர்த்துட்டு ஸ்டிரைக் அது இதுனு செஞ்சா எங்களுக்கு கஷ்டம்' என்றார்களாம். இப்போது நிலைமை தலைகீழ்.

கல்லூரி மாணவர் தேர்தலில் நிற்கச் சொல்லி லயோலா கல்லூரி பிரின்சிபால் வற்புறுத்தியும் கூட உதயநிதி மறுத்து விட்டாராம்.

மகள் செந்தாமரை வழுவூர் ராமையா பிள்ளையின் மகன் சாம்ராட்டிடம் பரதம் கற்று வருகிறாராம்.

'ஸ்டாலின் என்றாலே வேகமானவர், சட்டென்று கோபப்படக் கூடியவர், முரட்டுத் தனமானவர் என்ற பேச்சு இருக்கிறதே' என்பதற்கு ஸ்டாலின் இவ்வாறு கூறினார்.

'நீங்க சொல்றது சரிதான். நான் கொஞ்சம் வேகமானவன்தான். ஆனா இப்போ இல்லே. குறிஞ்சி மலர் தொடரில் அரவிந்தன் கேரக்டரில் எப்போ நடித்தேனோ அன்றோடு அந்த குணங்கள் மாறி விட்டன.'

மிக மென்மையான, எதையும் யோசித்து அலசி முடிவெடுக்கும் அரவிந்தனாக நான் நடித்ததைப் பலரும் விரும்பிப் பாராட்டி னார்கள்.

இப்படித்தான் நம்மை பார்க்க மக்கள் விரும்புகிறார்கள் என்று புரிந்து விட்டது. என் அவசரம், வேகம் எல்லாம் போய் நிதானமும் பொறுமையும் வந்தது.

தி.மு.க. ஆட்சிக்கட்டிலுக்கு வந்துள்ள நேரத்தில் உங்களுக்கு ஏன் அமைச்சர் பதவி தரப்படவில்லை அதனால் உங்களுக்கு மனக்கசப்பு இல்லையா? என்று கேட்கப்பட்டபோது ஸ்டாலின் கூறினார்.

'கட்சி ஜெயிச்சு வந்தவுடனே நான் அப்பாவைச் சந்திச்சு சொன்ன முதல் விசயமே எனக்கு அமைச்சர் பதவி எதுவும் வேணாம்' என்பது தான்.

அப்பாவின் எண்ணம் என்னவாக இருந்தது எனக்குத் தெரியாது. நான் முந்திக்கிட்டு அப்படிச் சொன்னதுக்கு காரணம் இருக்கு.

அஞ்சு வருஷத்துக்கப்புறம் நம்ம ஆட்சி வந்திருக்கிறதால நிறையப் பேருக்கு அமைச்சர் ஆசை இருந்திருக்கும்.

அவர்களில் பலர் கட்சிக்காக நிறைய உழைத்தவர்களாக இருப்பார்கள். பதவி தராமல் மறுக்கவும் முடியாது.

நானே அமைச்சர் பதவியை வேண்டாம்னு மறுத்துவிட்டால் ‘ஸ்டாலினே மறுத்துவிட்டார்’ என்று அப்புறம் அவர்கள் அதிகம் சங்கடம் தராமல் விட்டுக் கொடுத்து விடுவார்கள் என்று நான் நினைத்தேன்.

முதல்வரைப் பல விஷயங்களில் நீங்கள் நிர்ப்பந்தப்படுத்துவதாக வும், அதனால் தான் முதல்வர் தனிக்குடித்தனமே போகப் போவ தாகவும் சொல்லப்படுகிறதே?’ என்று கேட்கப்பட்டபோது ஸ்டாலின்,

‘எங்க வீட்டை நேரில் பார்த்தீங்கள்ல இங்க என் மனைவி, குழந்தைகள், தம்பி தமிழரசுவின் மனைவி, குழந்தைகள், அப்பா அம்மான்னு மொத்தம் பத்துப் பேர் குடியிருக்கோம்.

அப்பாவை பார்க்க வருகிறவர்கள் பிரமுகர்கள், தொண்டர்கள் என்னைப் பார்க்க வர்றவங்கன்னு வெளி ஹால் எப்பவும் நிக்கற கூட்டம் வேறு!

இந்த அன்பான கூட்டத்தை தொடர்ந்து சமாளிக்க முடியாதுனு கிரீன்வேஸ் ரோட்ல அப்பாவுக்கு வீடு பார்த்தாங்க. ஆனா அதுவும் கூட இன்னும் முடிவாகல.

ஒரேயொரு விஷயம் மட்டும் சொல்றேன் ‘என் மகனுக்கு ஒரு அப்பாங்கிற முறையில நான் பதவி எதையும் தரலே. ஆனா மகன்ங்கிற முறையில் அவன் எனக்கு நிறையப் பெருமைகளைத் தேடித் தந்திருக்கான்’னு அப்பாவே பத்திரிகையில் என்னைப் பத்திக் கேட்டவர்களுக்கு பதில் சொல்லியிருக்கிறார்.

அப்பா வாயால் இப்படியொரு பாராட்டு வாங்கிறதை விடப் பெரியப் பதவி வேறு இருக்கா என்ன?

☼

4

உதயநிதியின் அரசியல் பயணம் பற்றி ஸ்டாலின்

டுடி நெக்ஸ்ட் என்ற ஆங்கில நாளிதழுக்கு தி.மு.க. தலைவர் மு.க.ஸ்டாலின் அளித்த பேட்டியில் உதயநிதி ஸ்டாலினின் அரசியல் பயணம் குறித்தும் சில கேள்விகள் கேட்கப்பட்டது.

கேள்வி : தி.மு.க. வுக்கு எதிரான குற்றச்சாட்டுகளை கூறுவதன் மூலம் தி.மு.க. கூறும் ஊழல் குற்றச்சாட்டுகளை அ.தி.மு.க. தலைவர்கள் எதிர் கொண்டு வருகின்றனர். முதல்வர் உங்கள் மகன் உதயநிதியைப் பற்றிக் கூறுவது ஒரு எடுத்துக்காட்டு.

தி.மு.க. தலைவர் மு.க.ஸ்டாலின் : வாரிசு அரசியல் பற்றி என்னிடம் கேள்வி கேட்க அவர்கள் தகுதியுள்ளவர்களா?

மக்களவையில் உள்ள ஒரே அ.தி.மு.க. உறுப்பினர் யார்? அது பன்னீர் செல்வத்தின் மகன் ரவீந்திரநாத். பன்னீர் செல்வத்தின் மற்றொரு மகன் ஜெயப் பிரதீப். அமித்ஷாவின் மகன் பற்றி என்ன? அவர் பி.சி.சி.ஐ செயலாளராக உள்ளார். வேறு பல எடுத்துக்காட்டு களும் உள்ளன.

அ.தி.மு.க. மற்றும் பா.ஜ.க. என்ன செய்வது என்பது வாரிசு அரசியல் மற்றும் ஊழலை மோசமான வழிகளில் பின்பற்றுவதாகும்.

தங்களை சட்டத்திற்கு மேலே கருதும் தங்கள் குடும்ப உறுப்பினர்களுக்கு முக்கிய டெண்டர்களை வழங்குவதன் மூலம் அவர்கள் அரசாங்கத்தின் பணத்தை கொள்ளையடிக்கிறார்கள்.

கேள்வி : உதயநிதி, மாநிலம் முழுவதும் சூறாவளி சுற்றுப்பயணம் மேற்கொண்டு வருகிறார். அவரது வயதில் (43) நீங்கள் ஏற்கனவே எம்.எல்.ஏவாக இருந்தவர். இந்த முறை அவருக்கு எம்.எல்.ஏ சீட் கொடுக்க நினைக்கிறீர்களா?

தி.மு.க. தலைவர் மு.க. ஸ்டாலின் : தி.மு.க. கொள்கைப் பிடிப்புடன் மற்றும் அர்ப்பணிப்புடன் செய்யப்படும் கடினமான மற்றும் நேர்மையான உழைப்பினை மதிக்கிறது.

இன்று நான் இருக்கும் இடத்திற்கு வருவதற்கு சுமார் 50 ஆண்டுகள் பணியாற்றினேன். உதயநிதியும் மற்றவர்களைப் போலவே கடுமையான உழைப்பை கொடுக்க வேண்டியதிருக்கும்.

அவரது உழைப்பு மற்றும் தமிழக மக்கள் அவரைப் பற்றி என்ன நினைக்கிறார்கள் என்பதன் அடிப்படையில் அவரது முன்னேற்றம் பயணம் முடிவு செய்யப்படும்.

✡

5

உதயநிதியைப் பார்த்து பெருமை அடைகிறேன்

தி.மு.க. இளைஞரணியின் 41வது ஆண்டு தொடக்கத்தில் இளைஞரணிச் செயலாளர் உதயநிதி ஸ்டாலினின் செயல்பாடு களைக் கண்டு பெருமை அடையவதாக கட்சித் தலைவரும் தமிழக முதல்வருமான மு.க.ஸ்டாலின் தெரிவித்துள்ளார்.

இது தொடர்பாக அவர் வெளியிட்டுள்ள அறிக்கையில் கூறியிருப்ப தாவது :

மொழி காக்க, இனம் உணர்ச்சி பெற, தமிழகம் மேம்பாடு அடைய இயக்கத்தை நோக்கிய இளைஞர்கள் ஈர்க்கப்பட வேண்டும் என்பதற்காக கருணாநிதியால் 1980 ஜூலை 20ம் தேதி மதுரை ஜான்சிராணி பூங்காவில் தி.மு.க இளைஞரணி தொடங்கப்பட்டது.

நான் இன்று இந்த மாபெரும் இயக்கத்தின் தலைவனாக பரந்து விரிந்த தமிழகத்தின் முதல்வராக இருப்பதற்கு அடித்தளம் அமைத்துக் கொடுத்தது இளைஞரணி தான். என்னை வளர்ப்பித்த பாசறைதான் இளைஞரணி.

இந்த நாற்பதாண்டு காலத்தில் தி.மு.க.வின் வெற்றிக்கு தமிழகத்தின் மேன்மைக்கு இளைஞரணி ஆற்றிய பங்களிப்புகள் செய்த சேவைகளை நினைத்துப் பார்க்கும்போது எனக்கே மலைப்பாக இருக்கிறது.

தி.மு.க.வின் துணை அமைப்பாக மட்டுமில்லாமல் இணையமைப்பாக செயல்பட்டு இயக்கத்தின் வெற்றிக்கு அனைத்து தேர்தல்களிலும் பணி யாற்றியது. அந்த வகையில் வெற்றி அணியாக இளைஞரணி எந்நாளும் செயல்பட்டுக் கொண்டிருக்கிறது.

இளைஞரணியின் பிறந்த நாளில் இளைஞரணியினர் அனைவருக்கும் எனது நெஞ்சார்ந்த வாழ்த்துக்களை தெரிவித்துக் கொள்கிறேன்.

இளைஞரணியை வழி நடத்தும் பொறுப்பும் கடமையும் தம்பி உதயநிதி ஸ்டாலினுக்கு அளிக்கப்பட்டுள்ளது. இளம் வயதிலேயே கட்சிக்காக உழைக்கவும், காலம் பார்க்காமல் செயலாற்றவும் ஆர்வமும் அக்கறையும் கொண்டவராக அவர் இருப்பதைக் கண்டு நான் பெருமைப் படுகிறேன்.

முன்பை விட அதிகமான இளைஞர்களை தி.மு.க. நோக்கி ஈர்த்தும் ஏராளமானவர்களை கட்சி உறுப்பினர்களாக இணைத்தும், அப்படி இணைந்த இளைஞர்களுக்கு கொள்கை வகுப்புகளை நடத்தியும் செயல்பட்டு வருகிறது இளையஞரணி.

இந்தச் சிறப்பான பணியினை மேற்கொண்டு வரும் இளைஞரணி செயலாளர், துணைச் செயலாளர்கள் மற்றும் இளைஞரணி நிர்வாகிகள் அனைவருக்கும் எனது நெஞ்சார்ந்த பாராட்டுக்கள்.

தி.மு.க. அரசின் திட்டங்கள், சாதனைகள் ஆகியவற்றை தமிழகத்தில் உள்ள அனைவரிடமும் கொண்டு சேர்க்க வேண்டும்.

பல்லாயிரக்கணக்கானவர்களை ஈர்க்கும் தொழில்நுட்ப வழிமுறைகள் சமூக வலைத்தளங்களில் கொட்டிக் கிடக்கிறது. இதனை இளைஞரணியினர் பயன்படுத்தி கட்சி வளர்ச்சிக்கு பாடுபட வேண்டும் என்று முதல்வர் ஸ்டாலின் கூறியுள்ளார்.

✿

6
இது என் தாத்தாவின் குருகுலம்

தி.மு.க. இளைஞர் அணி மாநில செயலாளராக பதவியேற்ற பின் இளைஞர் அணிக்கு புதிய உறுப்பினர்கள் சேர்க்கை ஒவ்வொரு மாவட்டத்திலும் தொடங்கி வைத்து வருகிறார் உதயநிதி ஸ்டாலின்.

அந்த வகையில் ஈரோடு மாவட்டம் வந்த போது தந்தை பெரியார் பிறந்த இடமான பெரியார் அண்ணா நினைவு இடத்திற்கு நேரில் சென்று பெரியார் சிலைக்கு மாலை அணிவித்து பெரியார் பிறந்த இடத்தையும், பேரறிஞர் அண்ணா வசித்த இடத்தையும் அந்த நினைவு இல்லத்தையும் சுற்றிப் பார்த்தார்.

அப்போது கட்சியினருடன் பேசி உதயநிதி ஸ்டாலின் இது என் வாழ்நாளில் மறக்க முடியாதது. எனது தாத்தாவும் கழகத்தின் தலைவருமாக இருந்த கலைஞர் இங்குதான் தனது பகுத்தறிவு போராட்டத்தை தொட ங்கினார்.

எனது தாத்தாவின் குருகுலம் இந்த பெரியார் மண். இங்கு வந்ததும், தந்தை பெரியாரின் பிறந்த வசித்த அவர் வாழ்ந்த இல்லத்தை நான் பார்த்தது எனக்கு கிடைத்த பெரும் பேராக கருதுகிறேன் என

நெகிழ்ச்சியோடு பேசிய உதயநிதி ஸ்டாலின், பிறகு தி.மு.க. இளைஞரணி உறுப்பினர் சேர்க்கை நிகழ்ச்சியை தொடங்கி வைத்ததோடு தொடர்ந்து தி.மு.க. இளைஞரணி சார்பில் குல விளக்கு என்ற கிராமத்தில் குளம் தூர்வாரும் பணியை தொடங்கி வைத்தார்.

அதே போல சிவகிரி அருகே உள்ள கவுண்டம்பாளையம் கிராமத்தில் திமுகவினர் தூர்வாரிய குளத்தை பார்வையிட்டு அதை பொது மக்களுக்கு அர்ப்பணிப்பதாக கூறினார்.

இதனைத் தொடர்ந்து ஈரோடு பன்னீர்செல்வம் பூங்காவில் கலைஞர் சிலையை உதயநிதி ஸ்டாலின் பார்வையிட்டார்.

☼

7

குடும்பம் என்று ஒன்றிருந்தால் அரசியல் செய்வார்கள்...

“எனக்கு அரசியலில் எப்போதும் ஈடுபாடு இருந்தது கிடையாது. சொல்லப்போனால் எனக்கு அரசியலே வேண்டாம்.

தமிழ் சினிமாவில் ஒரு நல்ல நடிகனாக வர வேண்டும் என்பதே என்னுடைய நோக்கம்'' என்று கூறியிருந்த உதயநிதி ஐந்து வருடங்களில் தடாலடியாக மாறியிருக்கிறார்.

உதயநிதி ஸ்டாலினின் நோக்கம் கடந்த ஐந்தாண்டுகளில் மாறி யிருப்பது மிகப் பெரிய விமர்சனத்திற்கு உரியது அல்ல.

‘அரசியல்ல இதெல்லாம் சகஜமப்பா’ என்று கடந்து போக வேண்டிய பாரம்பரிய அரசியல் கட்சி குடும்பத்தில் பிறந்துள்ள உதயநிதிக்கு இந்த அரசியல் நுழைவு என்பது புருவம் உயர்த்த வேண்டிய ஒன்றல்ல.

ஐந்து வருடங்களுக்கு முன்பு அரிதாரம் பூசி சினிமா மயக்கத்தில் நண்பேண்டா படத்தில் நடித்துக் கொண்டிருந்தபோது கூறிய கருத்து அது.

'குடும்பம் என்ற ஒன்றிருந்தால் அரசியல் செய்வார்கள்' என தாத்தா கலைஞர் கருணாநிதி ஒருமுறை வாரிசு அரசியலுக்கு விளக்கம் கூறியிருக்கிறார்.

அரசியல் குடும்பத்தில் பிறந்தவர். அரசியல் சூழ்நிலையில் வளர்ந்தவர். விளையாட்டு போலவே தாத்தா கலைஞருக்காகவும் தந்தை ஸ்டாலினுக்காகவும் மற்றும் சில தி.மு.க வேட்பாளர்களுக் காகவும் பிரச்சாரம் செய்ய சென்ற காலத்திலேயே அரசியல் சட்டை அவர் மீது அவரை அறியாமலேயே இறுக்கத் தொடங்கிவிட்டது.

சினிமாவிலிருந்து அரசியலுக்கு வந்திருக்கும் உதயநிதியின் பயணம் திட்டமிட்டு நடந்ததா, தற்செயலா என்பது ஒரு புறமிருக்கட்டும்.

இந்த பயணத்தில் விரும்பியோ விரும்பாமலோ, இந்த பயணத்தின் உச்சமாக அரசியல் பதவி நாற்காலி என்பது கொடுக்கப்படுவது இயல்பான ஒன்றாகவே பார்க்கப்படுகிறது.

கலைத்துறைக்கு தன்னை அர்ப்பணித்துக் கொள்ளும் குணத்துடன் அன்று பேசிய உதயநிதி பின்னர் தி.மு.க. இளைஞரணிச் செயலாள ராக நியமிக்கப்பட்டிருக்கிறார்.

திரைப்படங்களில் நடித்துக் கொண்டிருந்ததற்கும் அரசியலில் இறங்கியதற்குமான இடைவெளி மிகக் குறுகிய காலம்தான்.

இரண்டு மாற்றங்களையும் ரசிகர்களும் மக்களும் விமர்சனத்திற்கப் பால் ஏற்றுக் கொண்டிருக்கிறார்கள் என்பதில் தான் உதயநிதி ஸ்டாலினின் சாமர்த்தியமும் சாதூர்யமும் இருப்பதாக பார்க்க முடிகிறது.

✿

8
மனைவியிடம் ஸ்டாலின் சொன்ன பொய்

அவசரநிலை பிரகடனத்தின் போது ஸ்டாலின் கைது செய்ய தமிழக போலீஸ் தயாராக இருந்தது.

மதுராந்தகம் சென்றுவிட்டு கோபாலபுரம் திரும்பிய ஸ்டாலினிடம், ஆட்சி கலைக்கப்பட்டு முதல்வர் பதவியை இழந்திருந்த கருணாநிதி 'காவல்துறை உன்னைத் தேடுகிறது. சிறைகோட்டம் செல்ல தயாராக இரு' என்றார்.

ஸ்டாலினும் குளித்து உடைமாற்றி விட்டு சிறைக்கு தயாரானார். உண்மையில் சொல்லப் போனால் சாவை தொட்டுவிட்டு வர தயாரானார். மு.க.ஸ்டாலினுக்கு அப்போது வயது 23, திருமணமாகி ஐந்தே மாதங்கள்தான் ஆகியிருந்தன.

சிறைக்குத் தயாராக இருக்கும் ஸ்டாலின் முன்னே கலங்கிய கண்களுடன் வந்து நின்ற துர்கா ஸ்டாலின்.

'நான் பத்துநாள் சுற்றுப் பயணம் செல்வதாக நினைத்துக் கொள். அதற்குள் வந்து விடுவேன். பிரச்சனை ஒன்றும் ஆகாது' என்று சொல்ல துர்கா ஸ்டாலினும் தலையாட்டினார்.

கனத்த மனதுடன் இருந்த ஸ்டாலினுக்கு நிச்சயம் நன்றாகவே தெரியும். பத்து நாட்களுக்குள் நிச்சயம் விடமாட்டார்கள். கூடவே மரணத்தின் வாசல் நோக்கியே தான் நகர்கிறோம் என்று.

ஆனால் புது மனைவியிடம் இதை சொன்னால் அவர் நொறுங்கி விடுவார் என்று வழியில்லாமல் பொய் சொன்னார்.

கருணாநிதியை நோக்கி ஸ்டாலின் தலையாட்டியதும் போலீஸ் கமிஷனர் அலுவலகத்துக்கு போன் போட்ட கருணாநிதி ஸ்டாலின் வந்து விட்டான் வந்து அழைத்துச் செல்லுங்கள் என்றார்.

இதற்குள் ஸ்டாலின் கைதாகப் போகும் விஷயம் சென்னையைச் சேர்ந்த கழக தொண்டர்களுக்கு தெரியவர அவர்கள் கோபாலபுர இல்லத்தின் முன் வந்து குவிந்து விட்டார்கள்.

அங்கு வந்த போலீஸ் ஸ்டாலினை எளிதாக கைது செய்தது. ஆனால் கோபாலபுரம் வீட்டுவாசலில் இருந்து தெருமுனையை தொட முடியவில்லை.

போலீஸ் வாகனத்தை கண்ட தொண்டர்கள் ஆவேசமாய் முழங்கிய படி வாகனத்தை முற்றுகையிட்டனர்.

கண்ணீர் கடலுக்கு நடுவே ஸ்டாலின் சிறை நோக்கி பயணப் பட்டார்.

'பத்து நாள்ல திரும்பி விடுவேன். பிரச்சனை இருக்காது' என்று ஸ்டாலின் தன் மனைவி துர்கா ஸ்டாலினிடம் அன்று சொன்ன பொய்யை இன்று வரை அவர் மறக்கவே இல்லை.

✡

9

பதவியேற்பு விழாவில் பாசப் பிணைப்பு

சென்னை கிண்டியில் உள்ள ஆளுநர் மாளிகையில் *7.5.2021* காலை *9* மணிக்கு நடைபெற்ற பதவியேற்பு விழாவில் தி.மு.க. தலைவர் மு.க.ஸ்டாலின் தமிழகத்தின் முதலமைச்சராக பதவி யேற்றுக் கொண்டார்.

அவருக்கு தமிழக ஆளுநர் பன்வாரிலால் புரோஹித் பதவிப் பிரமானமும் ரகசிய காப்பு பிரமானமும் செய்து வைத்தார்.

மேலும் தமிழக முதல்வர் மு.க.ஸ்டாலினுக்கு பூங்கொத்து கொடுத்து வாழ்த்து தெரிவித்தார். முதலமைச்சர் மு.க.ஸ்டாலினைத் தொடர்ந்து அவரது தலைமையிலான அமைச்சரவை அமைச்சர் களும் பதவியேற்றனர்.

முன்னதாக மு.க.ஸ்டாலினுக்கு அவரது சகோதரரும், முன்னாள் மத்திய அமைச்சருமான மு.க. அழகிரி வாழ்த்து தெரிவித்திருந்தார்.

அதில் 'தமிழக முதலமைச்சராக பதவியேற்க உள்ள எனது தம்பி மு.க.ஸ்டாலினுக்கு வாழ்த்துக்கள். தி.மு.க. தலைவர் மு.க.ஸ்டாலின் நிச்சயம் நல்லாட்சி தருவார். முதலமைச்சராக நாளை என் தம்பி

மு.க. ஸ்டாலின் பதவியேற்பதில் நான் பெருமைப்படுகிறேன்' எனத் தெரிவித்திருந்தார்.

இவரது இந்த வாழ்த்துச் செய்தி தி.மு.க.வின் அதிகாரப்பூர்வ நாளேடான முரசொலியிலும் வெளியிடப்பட்டிருக்கிறது.

இதனைத் தொடர்ந்து அவருக்கு தி.மு.க தரப்பிலிருந்து பதவி யேற்புக்கு அழைப்பு விடுக்கப்பட்டது. ஆனால் கொரானா காரணமாக அவர் இந்த நிகழ்ச்சியில் பங்கேற்க முடியாது எனவும், தனது மகன் தயாநிதி, அழகிரி மகள் கயல்விழி ஆகியோர் பங்கேற் பார்கள் எனத் தெரிவித்திருந்தார்.

அதே போல முதல்வர் பதவியேற்பு நிகழ்ச்சியில் அழகிரியின் மகன் தயாநிதி அழகிரி வருகை தந்தார். உதயநிதி ஸ்டாலின் தயாநிதி அழகிரியைக் கட்டித்தழுவி வரவேற்றார்.

மேலும் இந்நிகழ்ச்சியில் மு.க. முத்து அவரது குடும்பத்தார், சபரீசன் உள்ளிட்டோரும் கலந்து கொண்டனர்.

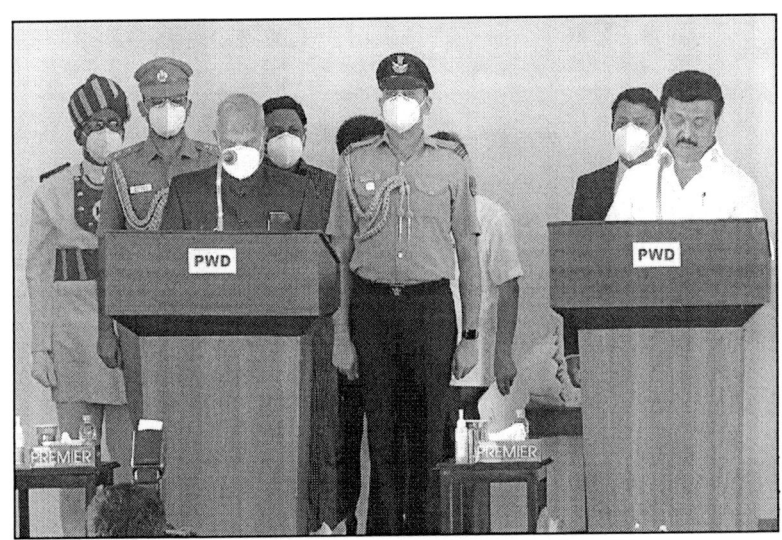

10

தந்தைக்கு உதயநிதி அளித்த ஓவிய பரிசு

தமிழக முதல்வராக பொறுப்பேற்றுள்ள முதல்வர் மு.க.ஸ்டாலி னுக்கு அவரது மகன் உதயநிதி ஓவியம் ஒன்றை பரிசளித்துள்ளார்.

அந்த ஓவியமானது தந்தை பெரியார், பேரறிஞர் அண்ணா, கலைஞர் கருணாநிதி உள்ளிட்ட மூவரும் சேர்ந்து தமிழக முதல்வராக பொறுப்பேற்றுள்ள மு.க. ஸ்டாலினை வாழ்த்துவது போல உள்ளது.

இது தொடர்பாக உதயநிதி ஸ்டாலின் தனது டுவிட்டர் பதிவில் :

'திராவிட இயக்கத்தின் தொடர்ச்சியாக தமிழக முதல்வராக தம்மை வழிநடத்தவுள்ள கழக தலைவர் மு.க.ஸ்டாலின் அவர்களுக்கு தந்தை பெரியார் - பேரறிஞர் அண்ணா - முத்தமிழறிஞர் இணைந்து தலைவர் அவர்களை வாழ்த்துவது போன்ற ஓவியத்தை பரிசளித்தோம்.

இதனை வரைந்த ஓவியர் திரு. பிரேம்டாவின்சிக்கு அன்பும் நன்றியும்' என்று அவர் பதிவிட்டுள்ளார்.

☼

கலைஞரின் நிழலுக்கு பேரன் நேரில் ஆறுதல்

மறைந்த முன்னாள் முதல்வரும், தி.மு.க. தலைவருமான கருணாநிதியின் நிழல் என சிறப்பு பெற்ற சண்முகநாதன், உடல்நிலை கோளாறு காரணமாக மருத்துவமனையில் அனுமதிக்கப்பட்டிருக்கும் நிலையில், தி.மு.க இளைஞரணி செயலாளரும் சேப்பாக்கம் திருவல்லிக்கேணி சட்டமன்ற உறுப்பினருமான உதயநிதி ஸ்டாலின் நேரில் நலம் விசாரித்தார்.

கருணாநிதியிடம் 48 ஆண்டுகள் உதவியாளராக பணியாற்றியவர் தான் சண்முகநாதன். தமிழக காவல் துறையில் சுருக்கெழுத்து நிருபராக தனது வாழ்க்கையை தொடங்கினார்.

எதிர்க்கட்சித் தலைவரின் மேடைப் பேச்சுக்களை சுருக்கெழுத்தில் குறிப்பெடுத்து பின் அதனை தட்டச்சு செய்து அரசுக்கு அனுப்புவது தான் சண்முகநாதனின் பணி.

தமிழக முதல்வராக இருந்த அண்ணாவின் மறைவினைத் தொடர்ந்து கருணாநிதி முதல்வராக தேர்ந்தெடுக்கப்பட்டார். அப்போது சொந்த காரணங்களுக்காக பணி விடுப்பில் இருந்த சண்முக நாதனுக்கு தமிழக அரசு சார்பில் தந்தி அனுப்பப்பட்டது. அப்போது

அவர் கருணாநிதியின் உதவியாளராக நியமிக்கப்பட்டிருந்தார். 1969ம் ஆண்டு முதல் கலைஞர் வாழ்ந்த காலம் வரை அவருக்கு உதவியாளராக இருந்து வந்தவர்தான் சண்முகநாதன்.

'பேராசிரியர் க.அன்பழகன், என் போன்றோரின் மேடைப் பேச்சுக்களை நாங்கள் பேசிய ஒரு வார்த்தை கூட மாறாது அரசுக்கு உளவுத்துறை மூலம் அனுப்பப்பட்ட அறிக்கையில் குறிப்பிட்டுள்ளதை அறிந்த நான், சண்முக நாதனைப் பற்றி விசாரித்து வைத்தேன். அதற்குப் பிறகாக முதல்வராக தேர்ந்தெடுக்கப்பட்ட பின் அவரை என் உதவியாளராக்கிக் கொண்டேன்' என கருணாநிதியே சண்முகநாதன் குறித்து பொது மேடை ஒன்றில் குறிப்பிட்டிருந்தார்.

அந்த அளவுக்கு கருணாநிதிக்கு நெருக்கமாக இருந்து வந்தார் சண்முகநாதன். கருணாநிதியின் மறைவிற்குப் பிறகு மிகுந்த மன உளைச்சலில் இருந்து வந்த சண்முகநாதனுக்கு அவ்வப்போது உடல்நலக் கோளாறு ஏற்பட்டது.

இந்த நிலையில் தீவிர உடல் பாதிப்பு ஏற்பட்டு வந்த நிலையில் மருத்துவமனையில் சிகிச்சை பெற்று வருகிறார்.

கருணாநிதியின் நிழலாக இருந்து வந்த சண்முகநாதனின் உடல்நிலை குறித்து அறிந்த உதயநிதி ஸ்டாலின் அவரை நேரில் சந்தித்து நலம் விசாரிக்க மருத்துவமனை விரைந்தார். மருத்துவமனையில் சண்முக நாதனிடம் நலம் விசாரித்து பின் ட்விட்டரில் உதயநிதி ஸ்டாலின் உருக்கமான பதிவொன்றை பதிவிட்டுள்ளார்.

'முத்தமிழறிஞர் கலைஞரின் எண்ணங்களை உள்வாங்கி அவரது கண் அசைவுக்கு ஏற்ப காரியமாற்றியவர்.

கலைஞருடைய அரசியல் வாழ்வின் ஆவணம். சண்முகநாதன் மாமா அவர்களை மருத்துவமனையில் இன்று சந்தித்து நலம் விசாரித்தேன். எனது பணிகளை குறிப்பிட்டு நெகிழச்சியோடு வாழ்த்திய மாமா அவர்களுக்கு அன்பும் நன்றியும்' என தெரிவித்துள்ளார்.

☼

சொந்த ஊரில் துர்கா ஸ்டாலின் பிரச்சாரம்

பூம்புகார் அருகே சொந்த ஊரில் தி.மு.க. வேட்பாளருக்கு துர்கா ஸ்டாலின் ஆதரவு திரட்டினார்.

கிராமம் கிராமமாக சென்று துண்டு பிரசுரங்கள் வழங்கி வாக்கு சேகரித்தார்.

தி.மு.க தலைவர் ஸ்டாலின் மனைவி துர்கா ஸ்டாலினின் சொந்த ஊர் மயிலாடுதுறை மாவட்டம் திருவெண்காடு ஆகும்.

திருவெண்காட்டில் உள்ள தனது வீட்டிற்கு துர்கா ஸ்டாலின் வருகை தந்தார். கீழ வீதியில் உள்ள சர்வ சித்தி விநாயகர் கோயிலில் வழிபாடு நடத்தினார்.

அதனைத் தொடர்ந்து திருவெண்காடு ஊராட்சிக்கு உட்பட்ட வடபாதி, சின்னபெருந்தோட்டம், அம்பேத்கார் நகர் ஆகிய பகுதிகளில் சீர்காழி தொகுதி தி.மு.க வேட்பாளர் வக்கீல் பன்னீர் செல்வத்தை ஆதரித்து பொதுமக்களிடம் துண்டு பிரசுரங்கள் வழங்கி வாக்கு சேகரித்தார்.

அப்போது அவர் வாக்காளர்களிடம் பேசுகையில் தமிழகத்தில் தி.மு.க தலைவர் மு.க.ஸ்டாலின் தலைமையில் அமைய உதய சூரியன் சின்னத்தில் வாக்களிக்க வேண்டும். தி.மு.க. ஆட்சி மலர்ந்த உடன் தமிழகத்தில் மக்களின் நலன் சார்ந்த திட்டங்கள் செயல் படுத்தப்படும். சொந்த ஊரான திருவெண்காடு பகுதியில் வளர்ச்சிப் பணிகள் நிறைவேற்ற பாடுபடுவேன்.

எனவே வருகிற 6 ஆம் தேதி நடைபெற உள்ள தமிழக சட்டசபை தேர்தலில் தி.மு.க. வேட்பாளர் வெற்றி பெற தொண்டர்கள், நிர்வாகிகள் கூட்டணி கட்சியினருடன் இணைந்து இரவு பகலாக பாடுபட வேண்டும் என்றார்.

துர்கா ஸ்டாலினுடன் சீர்காழி ஒன்றியக்குழு தலைவர் கமல ஜோதி தேவேந்திரன், மாவட்ட கவுன்சிலர் ஆனந்தன், முன்னாள் ஒன்றியக் குழு தலைவர் ரவி, ஒன்றிய கவுன்சிலர் பஞ்சுகுமார், ஒன்றிய பொருளாளர் பாண்டியன், விடுதலை சிறுத்தைகள் கட்சி முகாம் அமைப்பாளர் குமார் உள்பட பலர் கலந்து கொண்டனர்.

இதனைத் தொடர்ந்து அல்லிமேடு, அகர பெருந்தோட்டம், பெருந் தோட்டம், ஆகிய இடங்களில் துர்கா ஸ்டாலின் வாக்கு சேகரித் தார்.

பெருந்தோட்டம் கடைத்தெருவுக்கு வாக்கு சேகரிக்க வந்த அவரை ஊராட்சி தலைவர் மோகனா ஜெயசங்கர் தலைமையில் திரளான பெண்கள் ஆரத்தி எடுத்து வரவேற்றனர்.

✡

துர்கா ஸ்டாலின் எனும் வலிய பின்புலம்

'முத்துவேல் கருணாநிதி ஸ்டாலின் எனும் நான்' என்று ஆளுநர் மாளிகையில் முதல்வர் பதவியேற்பு விழாவில் மு.க.ஸ்டாலின் ஒருமுறை சொல்லி நிறுத்தி, முன்னால் அமர்ந்திருந்த அவரது மனைவி துர்கா ஸ்டாலினை முகம் உயர்த்தி பார்த்தபோது, சுறீலென ஒரு மின்னோட்டம் மறைந்து ஆனந்த கண்ணீர் வழிய, கையால் தன் முகத்தை மூடிக் குனிந்ததை 'க்ளிக்' என இந்த உலகக் கண்ணாடி பத்திரமாக பதிவு செய்து கொண்டது.

அந்த அழுகையின் ரசாயனத்தில் அமிழ்ந்து கிடந்த வலியை அவரே உணர்வார்.

எத்தனை நீண்டகால கஷ்டங்கள், போராட்டங்கள், வேதனைகள், ஏமாற்றங்கள், துரோகங்கள், விரோதங்கள் அதில் நீச்சலடித்துக் கொண்டிருக்கின்றன என்பது துர்கா ஸ்டாலினுக்கு மட்டுமே தெரியும்.

தீவிர நாத்திக அரசியல் குடும்பத்தில் கலைஞரின் மருமகள் சாந்தா வாக வரவேற்கப்பட்ட துர்கா ஸ்டாலினுக்கு போராட்டங்கள் புதிதல்ல.

கணவர் மு.க. ஸ்டாலினாகட்டும், மறைந்த கலைஞர் கருணா நிதியை விட்டும் ஒவ்வொரு எதிர்கொண்ட எதிர்நீச்சல்களையும் போராட்டங்களையும் அருகிலிருந்தே பார்த்து வளர்ந்தவர் துர்கா ஸ்டாலின்.

கலைஞரின் மகன் ஈன்ற முத்திரை குத்தி அவரை மட்டம் தட்ட முனைந்த கூட்டத்தை பொருட்படுத்தாமல் புறம் தள்ளிவிட்டு போர்க் களமாக தனது வாழ்வை மாற்றிக் கொண்டவர் ஸ்டாலின்.

ஸ்டாலின் சந்தித்த ஒவ்வொரு அவமானம், விரோதம், கேலி, கிண்டல்களுக்கெல்லாம் மிகப் பெரிய ஆறுதலாக இருந்தவர் துர்கா ஸ்டாலின் மட்டுமே.

கணவருக்கு ஆறுதலாக மட்டும் இல்லாமல் அவருக்கு உற்ற துணை யாக இருந்து அவரது ஒவ்வொரு அரசியல் பயணத்தின் ஒவ்வொரு அடித்தளத்தையும் இலகுவாக்கி கொடுத்தவர் அவர்தான்.

அவரது இறை நம்பிக்கைக்கு ஸ்டாலினும் சரி கலைஞரும் சரி யாருமே இடையூறு செய்ததில்லை. அவரவர் அவர் பாதையில் பயணித்தனர்.

கணவருக்காக ஒரு மனைவியாக ஒரு தோழியாக என பல அவதாரம் எடுத்து அனைத்து வகையிலும் ஸ்டாலின் துவண்டு போய்விடாமல் பார்த்துக் கொண்டதில் மிக மிக முக்கியமானவர் துர்கா ஸ்டாலின்.

தனக்கு தோன்றுவதை கணவரிடம் ஒளிவு மறைவில்லாமல் சொல்லி அவருக்கு ஊக்கம் கொடுக்கவும் அவர் தவறியதில்லை.

ஸ்டாலினின் கனவு என்பதை விட கருணாநிதி குடும்பத்தாரின் கனவு என்பதை விட துர்கா ஸ்டாலினின் மிகப் பெரிய கனவு என்பது ஸ்டாலின் அரசியலிலும் ஆட்சியிலும் உச்சம் பெற வேண்டும் என்பது.

இன்று இரண்டையும் கொண்டு விட்டார் ஸ்டாலின். இத்தனை நாள் ஸடாலின் பட்ட கஷ்டத்திற்கு கிடைத்த பலனை எண்ணி உலகி லேயே அனைவரையும் விட அதிக மிகழ்ச்சி அடைந்தவர் துர்கா ஸ்டாலினாக மட்டுமே இருக்க முடியும்.

☼

சினிமாதான் என்னைத் தேர்ந்தெடுத்தது

உதயநிதி ஸ்டாலினிடம் 'நீங்கள் ஏன் முதலில் சினிமாவைத் தேர்ந்தெடுத்தீர்கள்?' என்று ஒருமுறை இந்தியா டுடே கேள்வியை முன் வைத்தது. அதற்கு உதயநிதி தெளிவாகவும் விளக்கமாகவும் கூறிய பதில் :

"நான் சினிமாவைத் தேர்வு செய்யவில்லை. சினிமாதான் என்னைத் தேர்ந்தெடுத்தது. எனது குடும்பத்தில் பலர் சினிமாவில் இருந்திருக் கிறார்கள். என் தாத்தா கருணாநிதி சினிமாவில் இருந்தார். கதைகள் வசனங்களை எழுதினார்.

முரசொலி மாமா பல திரைப்படங்களைத் தயாரித்து திரைப்படங் களை எழுதி இயக்கியிருந்தார். மற்றொரு மாமா செல்வம் திரைப் படங்களில் நடித்திருந்தார். என் தந்தை திரைப்படங்களிலும், நாடகங்களிலும் நடித்திருக்கிறார்.

எங்களிடம் பூம்புகார் தயாரிப்பு நிறுவனம், மேகலா தயாரிப்பு நிறுவனங்கள் இருந்தன. அந்த நிறுவனத்தின் படங்கள் தயாரிப்பின் போது நாங்களே சென்று சினிமா படப்பிடிப்பு பார்ப்போம். எனவே நான் ஒரு தயாரிப்பாளரானேன்.

ஆனால் நான் நடிக்க வந்ததற்கு இயக்குநர் கே.எஸ். ரவிக்குமார் காரணம். அவர் எப்போதும் அவரது திரைப்படங்களில் ஒரு சிறிய வேடத்தில் நடிப்பது வழக்கம்.

'ஆதவன்' திரைப்பட படபிடிப்பின் போது நான் துபாயில் இருந்தேன். அந்தப் படத்தில் ஒரு சிறப்புத் தோற்றத்தில் அவர் நடிக்க இருப்பதாக கூறினார். நானும் அவருடன் நடிக்க வேண்டும் என்று கூறினார்.

எனக்கு விருப்பமில்லை என்றேன். ஆனால் நீங்கள் நடித்தே ஆக வேண்டும் என்றார். அதன் படி அவர் என்னை ஒரு காட்சியில் நடிக்க வைத்தார்.

கே.எஸ்.ரவிக்குமார் எனக்கு ஒரு நல்ல நண்பர். அதன் பிறகு பல இயக்குநர்களும் தயாரிப்பாளர்களும் கதைகள் சொல்ல ஆரம்பித் தனர்.

சரி முயற்சித்துப் பார்க்கலாம் என்று நினைத்து படங்களில் நடிக்கத் தொடங்கினேன். 'ஒரு கல் ஒரு கண்ணாடி' படத்தில் அப்படித்தான் நடித்தேன். அந்தப் படம் சுமாரான வெற்றி பெறும் என்றுதான் நாங்கள் எல்லோரும் முதலில் நினைத்தோம்.

ஆனால் அது சூப்பர் டூப்பர் வெற்றியாக மாறியது. அப்படித்தான் நான் திரைப்படங்களில் நடிக்க ஆரம்பித்தேன். ஆனால் இன்று இளைஞர் அணி செயலாளராக மாறிய பிறகு நான் அரசியலில் அதிக கவனம் செலுத்தி வருகிறேன்" என்றார்.

இந்த பேட்டியின்போது கமல், ரஜினி அரசியல் தொடர்பாகவும் உதயநிதி பேசியிருக்கிறார்.

'எங்கள் முக்கிய எதிரி அ.தி.மு.க மற்றும் பாஜக. நடிகர் கமல்ஹாசன் எங்களுக்கு பெரிய அச்சுறுத்தல் அல்ல. அவர் என்ன பேசுகிறார் என்பது யாருக்கும் புரியவில்லை. அவர் சினிமாவில ஒரு மேதை. ஆனால அரசியலில் அவர் என்ன நிலைப்பாட்டை எடுக்கிறார் என்பது யாருக்கும் தெரியாது.

திடீரென்று கலைஞரை அவமதித்தார். பின்னர் திடீரென்று தனது அறிக்கையில் தவறாகப் புரிந்து கொண்டனர்' என்கிறார்.

அவர் கைதட்டலுக்காக இதையெல்லாம் செய்கிறார். அதனால் தான் நான் அவரை தீவிரமாக எடுத்துக் கொள்ள விரும்பவில்லை.

நடிகர் ரஜினியைப் பொறுத்தவரை அவரை சிலர் அரசியலுக்குள் வரவழைக்க கட்டாயப்படுத்தியது அனைவருக்கும் தெரியும். ரஜினி ஒரு சூப்பர் ஸ்டார். அவர் உடல்நலக் காரணங்களால் அரசியல் அறிவிப்பை வாபஸ் வாங்கினார். அவரது முடிவை நான் பாராட்டு கிறேன். அவருக்கு நல்ல உடல் ஆரோக்கியம் கிடைக்க வாழ்த்து கிறோம் என்று கூறியிருக்கிறார் உதயநிதி.

உங்கள் மகன் அரசியல் பற்றி விவாதிக்க விரும்புகிறீர்களா? என்ற கேள்விக்கு, 'எனது மகன் இன்பா 2004ல் பிறந்தார். இப்போது அவர் அரசியலில் ஆர்வம் காட்டவில்லை. 16 வயது இளைஞனின் ஆர்வம் மட்டுமே அவரிடம் உள்ளது. விளையாட்டில் அதிகம் ஆர்வம் காட்டி வருகிறார்.

நானும் என் மனைவியும் குழந்தைகளை எதையும் செய் என்று வற்புறுத்துவதில்லை. இது முடிவு செய்ய வேண்டிய நேரமும் அல்ல' என்று கூறினார் உதயநிதி ஸ்டாலின்.

15

ரெட்ஜெயன்ட் மூவிஸ் விநியோகம் செய்த திரைப்படங்கள்

உதயநிதி ஸ்டாலின் ரெட்ஜெயன்ட் மூவிஸ் என்ற நிறுவனத்தின் மூலம் விநியோகஸ்தராக எடுத்த படங்கள் :

1. குருவி
2. ஆதவன்
3. மன்மதன் அம்பு
4. மதராச பட்டணம்
5. விண்ணைத்தாண்டி வருவாயா?
6. பாஸ் என்கிற பாஸ்கரன்
7. மைனா
8. கோ
9. ஏழாம் அறிவு
10. பொதுவாக எம் மனசு தங்கம
11. இப்படை வெல்லும்
12. ஏஞ்சல்

☼

16
ஒரு கல் ஒரு கண்ணாடி

ஒரு கல் ஒரு கண்ணாடி உதயநிதி ஸ்டாலின் நடிக்க ராஜேஷ் இயக்கத்தில் வெளிவந்த காதல் நகைச்சுவைத் திரைப்படம். இத்திரைப்படத்தின் தயாரிப்பாளர் உதயநிதி ஸ்டாலின் கதாநாயகனாக அறிமுகமானார்.

இவருடன் நகைச்சுவை நடிகர் சந்தானம் மற்றும் ஹன்சிகா மோத்வானி நடித்துள்ளார்.

இப்படத்தை இயக்கிய ராஜேஷின் முதல் திரைப்பம் சிவா மனசுல சக்தி பாடல் வரிகளை கொண்டு இத்திரைப்படத்திற்கு பெயரிட்டுள்ளனர்.

ரெட்ஜெயண்ட் மூவீஸ் வெளியீடாக 2012 ஏப்ரல் 13ல் வெளியான இப்படத்திற்கு கே.பாலசுப்ரமணியம் ஒளிப்பதிவு செய்துள்ளார். விவேக் ஹர்ஷன் எடிட்டிங் செய்துள்ளார்.

ஹாரிஸ் ஜெயராஜ் இசையமைப்பில் மொத்தம் ஐந்து பாடல்கள் இடம் பெற்றுள்ளன. பாடல்கள் சிங்கப்பூர் மற்றும் ஊட்டி ஆகிய இடங்களில் காட்சிப்படுத்தப்பட்டிருந்தது.

பாடல் வெளியீடு சத்யம் சினிமாஸில் 5 மார்ச் 2012 அன்று நடைபெற்றது. நடிகர் கார்த்தி, சூர்யா, ஜீவா, ஆர்யா ஆகியோர் விழாவில் கலந்து கொண்டினர். மூன்று நிமிட பட முன்னோட்ட காட்சியும் பாடல்களின் சில முன்னோட்ட காட்சியும் வெளியிடப் பட்டது.

'காதல் ஒரு' என்ற பாடலை ஆளாப் ராஜு, ஷேமசந்திரன், சுனிதா, சராதே பாடியுள்ளனர்.

'அழகே அழகே' பாடலை முகேஷ் மதுமிதா பாடியுள்ளனர்.

'அகிலா அகிலா' பாடலை ஆளாப் ராஜு, சின்மயி, ஷர்மிளா பாடி யுள்ளனர்.

'அடடா ஒரு' பாடலை கார்த்திக் பாடியுள்ளார்.

'வேணாம் மச்சான்' பாடலை நரேஷ் அய்யர் வேல்முருகன் பாடியுள்ளனர்.

இத்திரைப்படப் பாடல்கள் மக்களிடையே நல்ல வரவேற்பை பெற்றது.

நிறைய இணையதளங்கள் 'வேணாம் மச்சான்' மற்றும் 'காதல் ஒரு பட்டர்பிளை' பாடல்களை முணுமுணுக்கும் படியாக உள்ளது என்று புகழ்ந்துள்ளன.

இந்தியா ஒன்.காம் சந்தானத்தின் நகைச்சுவையையும் அறிமுக நாயகன் உதயநிதி ஸ்டாலினின் நடிப்பையும் பாராட்டி 'ஹீரோ' என்ற வகையில் இன்றைய அலட்டல் பார்ட்டிகளுக்கு உதயநிதி ஸ்டாலின் 200 மடங்கு பெட்டர் என்று பாராட்டியுள்ளது.

வித்தியாசம், பரீட்சார்த்தம் என்ற பெயரில் எங்கும் முகம் சுளிக்காமல், சுவாரஸ்யம் குறையாமல் பார்க்கும் படியாக ஒரு படத்தை, கொடுத்த இயக்குநர் ராஜேஷ் ஹாட்ரிக் அடித்திருக் கிறார். ஒரு முறை என்ன ஒன்ஸ்மோர் பார்க்கலாம்.

தமிழ் சினிமா காம். 'உதயநிதி ஒண்ணா நம்பர் ஹீரோ என்றால் பக்கத்தில் விழுகிற ஒவ்வொரு சைபரும் அதன் மதிப்பும் சந்தான

மன்றி வேறில்லை. இவர் வாயிருக்கிற இடத்தில் வாஸ்து பகவானின் லெக்சுரி பிளாட்டும் இருக்கிறது. மேலும் அதை திறக்கிற போதெல்லாம் வெடித்துச் சிதறுகிறது தியேட்டர் என்று கூறி யிருந்தது.'

சரவணன் கதாபாத்திரத்தில் உதயநிதி ஸ்டாலினும், மீராவாக ஹான்சிகாவும் பார்த்தா கேரக்டரில் சந்தானமும், ஜாங்கிரியாக ஜாங்கிரி மதுமிதாவும், செண்பகமாக சரண்யா பொன்வண்ணனும், வரதராஜனாக அழகம் பெருமாளும், மஹேந்திரகுமார் ஆக சாயாஜி ஷின்டேயும், காயத்ரியாக உமா பத்மநாபனும், ரஜினிமுருகன் கதாபாத்திரத்தில் ஆர்யாவும், ஜெனிபர் பாத்திரத்தில் சினேகாவும் நடித்துள்ளனர்.

ஒரு கல் ஒரு கண்ணாடி சுருக்கமாக ஓகே ஓகே 2012ல் எம்.ராஜேஷ் எழுதி இயக்கிய தமிழ்மொழி கலந்த நகைச்சுவை திரைப்படமாகும். இத்திரைப்படம் ஒரு மிகப்பெரிய வெற்றி திரைப்படமாக மாறியது. இதன் தெலுங்கு மறு ஆக்கம் 'சரி சரி' என்ற தலைப்பில் ஆகஸ்ட் 2012ல் வெளியிடப்பட்டது.

●

இத்திரைப்படத்தின் கதை இதுதான்.

ஒரு நாள் காலையில் சரவணன் தனது முன்னாள் காதலி மீராவின் திருமண பத்திரிகையை அவனது வீட்டில் பெறுகிறான்.

சரவணன் மற்றும் அவன் நண்பன் பார்த்தசாரதி என்ற பார்த்தா இருவரும் இணைந்து காரில் அந்த திருமணத்தில் கலந்து கொள்ள பாண்டிச்சேரி செல்கின்றனர்.

அப்படி செல்லும்போது சரணவன் தனது கடந்த காலத்தை நினைத்துப் பார்க்கிறான். சரவணன் ஒரு இரக்கமற்ற இளைஞராக இருப்பான். அவனும் பார்த்தாவும் ஒரு திரை அரங்கில் வேலை செய் வார்கள். சரவணன் தனது பெற்றோருடன் வாழ்ந்து வருவான். சரவணனின் அப்பா ஒரு கல்லூரி பேராசிரியர். அவனது தாய் செண்பகம் படிக்காதவர்.

மேலும் செண்பகம் ஒரு தேர்வில் வெற்றி பெற்றும் பட்டம் பெறவும் முயற்சி செய்கிறாள்.

ஒருநாள் காலையில் டிராஃபிக் சிக்னலில் சரவணன் மற்றும் அவனது அம்மா இருவரும் நிற்கும் போது மீராவை பார்க்கிறார்கள்.

மீரா விமான பணிப்பெண் பயிற்சியில் ஈடுபட்டிருப்பார். அதை பார்த்ததும் சரவணனுக்கு அவள் மீது காதல் வந்து விடும். அவள் செல்லும் துணிக்கடை மற்றும் விமான பயிற்சி மையம் ஆகிய இடங்களில் அவளை பின் தொடர்கிறான். அவளது வீட்டையும் கண்டுபிடிக்கிறான். மீரா அவளுடைய வீட்டின் முன் சரவணன் மற்றும் பார்த்தாவை பார்க்கிறாள். உடனே வெளியில் வந்து அவர்களை வீட்டின் உள்ளே அழைத்து செல்கிறாள்.

அங்கு மீரா தனது தந்தை துணை போலீஸ் கமிஷனர் என்று ஒரு புகைப்படத்தை காண்பித்து அவர்களை பயமுறுத்துகிறாள். அவரது பெயர் மகேந்திர குமார் என்றும் கூறுகிறாள்.

ஆனாலும் அவளைப் பின் தொடர்ந்து தன்னைக் காதலிக்கும் படி கேட்கிறான். மீரா அவனை மகேந்திரகுமாரின் அலுவலகத்திற்கு அழைத்து செல்கிறாள். அவளை பின் தொடர்வதை நிறுத்துமாறு கேட்கிறாள்.

மேலும் ஷேவிங் செய்வது, நன்றாக ஆடை அணிவது, சரியான நேரத்துக்கு வருவது, நண்பர்களுடனான நட்பை முறித்துக் கொள் வது போன்ற சில தகுதிகள் தனது காதலனிடம் இருக்க வேண்டும் என்று மீரா சரவணனிடம் கூறுவாள்.

சரவணன் இதை பார்த்தாவிடம் சொல்வான். அதற்கு பார்த்தா அவள் முக்கியமாஅல்லது நான் முக்கியமா என்று கேட்டான். அதற்கு சரவணன் மீராதான் முக்கியம் என்று சொல்லுவான். அதனால் சரவணன் மற்றும் பார்த்தா இடையே பெரிய இடை வெளி ஏற்படுகிறது.

பின்னர் பார்த்தாவின் உடைந்து போன காதலை சரவணன் சேர்த்து வைக்கிறான். அதன்பின் தனது உடைந்து போன காதலையும் சேர்த்து

வைக்குமாறு பார்த்தாவிடம் கேட்கிறான் சரவணன். பார்த்தா ஒப்புக் கொள்கிறான்.

பின்னர் அவர்கள் ஒரு விமானத்தில் மீராவை பின் தொடர்ந்து மும்பைக்கு செல்கின்றனர்.

அங்கு அவள் சரவணனை காதலிப்பதாக சொல்கிறாள். சில மாதங்களுக்கு பிறகு மீரா சரவணனை தொலைபேசியில் அழைக்கிறாள். ஆனால் அவன் அதை எடுக்க மாட்டான்.

மீராவின் மீது உண்மையான காதல் இல்லை என்றும் அதுவெறும் நடிப்பு என்றும் பார்த்தாவிடம் சொல்வான் சரவணன். ஆனால் சரவணன் அதை வேடிக்கையாக சொல்லும் போது பார்த்தா தற்செயலாக தொலைபேசியை ஆன் செய்து விடுவான்.

சரவணன் பேசிய அனைத்தையும் மீரா கேட்டு விடுவாள். தன்னை தவறாக பயன்படுத்தியதற்காக மீரா அங்கு வந்து சரவணனுடன் காதலை முறித்துக் கொள்வாள்.

பிளாஷ்பேக் முடிந்த பிறகு பாண்டிச்சேரியில் நடக்கும் கல்யாணத்தை காண்பிப்பார்கள். அந்தத் திருமணத்தில் சரணவன் மற்றும் பார்த்தா இருவரும் குடித்து விட்டு ஒரு கதை சொல்வார்கள்.

திருமணம் நடக்கும்போது உள்ளூர் டான் ரஜினிமுருகன் தனது காதலி மற்றும் ஒரு கர்ப்பிணி பெண்ணுடன் வந்து அந்த மாப்பிள்ளைக்கு வேறு ஒரு காதலி இருப்பதாகவும் அந்த பெண் இப்போது கர்ப்பமாக இருப்பதாகவும் சொல்கிறான்.

மாப்பிள்ளை தனது தவறை ஒப்புக்கொண்டு மீண்டும் தனது பழைய காதலியுடன் இணைகிறான்.

சரவணன் மற்றும் பார்த்தா இருவரும் திருமண மண்டபத்திலிருந்து நடந்து செல்கின்றனர். அப்போது மீரா ஓடிவந்து சரவணனை கட்டிப் பிடிக்கிறாள். மீண்டும் அவர்கள் இருவரும் இணைகிறார்கள்.

'ஒரு கல் ஒரு கண்ணாடி' 300க்கும் மேற்பட்ட திரையரங்குகளில் திரையிடப்பட்டது. நகர்ப்புறங்களில் சுமார் 95 விழுக்காடு

திரையரங்கு களில் இத்திரைப்படம் திரையிடப்பபட்டது.

வெளியான அடுத்த நான்கு வாரங்களில் இந்த திரைப்படம் பெரிய தொகையை வசூலிக்க துவங்கியது.

சென்னையில் 25 நாட்களில் மொத்தம் 15.09 கோடியை வசூலித்தது. இத்திரைப்படம் உலகளவில் சுமார் 42 கோடி ரூபாயை வசூலித்தது.

☼

இது கதிர்வேலன் காதல்

'**இ**து கதிர்வேலன் காதல்' தமிழ்மொழி திரைப்படம் 2014 ஆம் ஆண்டு வெளியான வெற்றிப்படமாகும்.

உதயநிதி ஸ்டாலின் கதாநாயகனாக நடித்த இத்திரைப்படத்தை இவரே தயாரித்துள்ளார். எஸ்.ஆர். பிரபாகரன் இயக்கத்தின் ஹாரிஸ் ஜெயராஜ் இசையமைப்பில் பாலசுப்பிரமணியத்தின் ஒளிப்பதிவில் ரெட்ஜெயின்ட் மூவீஸ் வெளியிட்டது.

கதிர்வேலன் காதல் கதாபாத்திரத்தில் உதயநிதி ஸ்டாலின் நடிக்க, பவித்திரா பாத்திரத்தில் நயன்தாராவும், சந்தானம், சரண்யா பொன் வண்ணன், சுந்தர்ராமு, சாயாசிங் ஆகியோர் இத்திரைப்படத்தில் நடித்துள்ளனர்.

கதைப்படி உதயநிதி மதுரை பக்கத்து பெரிய வீட்டுப் பிள்ளை, ஐந்தாம் கிளாஸ் படிக்கும் காலத்தில் இருந்தே தீவிர ஆஞ்சநேயர் பக்தர். பெண்வாடையே பிடிக்காதவர்.

ஆனால் அவரது தோஸ்த் சந்தானத்திற்கு காதல், பெண்கள் என்றால் கொள்ளை இஷ்டம் ஆனால் உதயநிதியின் ஆஞ்சநேய அவதாரங்

களால் தன் காதலிகளை இழக்கும் சந்தானம் உதயநிதியின் சங்காத்தமே வேண்டாம் என கோயமுத்தூர் பக்கம், நவீனமாக கொழுப்பை குறைக்கும் லேகியம் விற்க போய் விடுகிறார்.

அதே நேரம் உதயநிதியின் உடன்பிறந்த அக்கா சாயாசிங்கும் கோயமுத்துக்காரர் பரத் ரெட்டியை காதலித்து கரம்பிடித்து கோவையில் செட்டில் ஆகிறார்.

புருஷனுடன் சின்ன ஊடலில் ஊருக்கு வந்திருக்கும் சாயாசிங் விஷயத்தில், காமல் திருமணம் என்பதால் உதயநிதியின் தந்தை நரேன் பட்டுக் கொள்ளாமல் இருக்க, அக்காவை மாமாவுடன் சேர்த்து வைக்க, பிஸினஸ் விசயமாக சேலம் போவதாக சொல்லி விட்டு கோயமுத்தூர் போகிறார் உதயநிதி.

அங்கு தன் அக்கா வீட்டு எதிர்வீட்டு தேவதை நயன்தாராவைப் பார்த்து ஆஞ்சநேயர் பக்தர் அவதாரத்தை உதறி தள்ளும் உதயநிதி நண்பர் சந்தானத்துடன் சேர்ந்து கொண்டு அம்மணியை கலாய்ப் பதும் பின் காதலிலும் விழுகிறார்.

நயன்தாராவின் நண்பர் என்று சொல்லிக் கொண்டு அவரை அடையத் துடிக்கும் நட்பு துராகியின் முகத்திரையை நயன்தாரா வுக்கு கிழித்து காட்டி அவரிடம் நல்ல பெயர் எடுக்கும் உதயநிதி மீது நயன்தாராவுக்கு காதல் வருவதும் அந்த காதலை இரு வீட்டு பெற்றோரும் ஏற்றுக் கொண்டனரா இல்லையா என்பதும் தான் மீதமுள்ள கதை.

கதிர்வேலனாக உதயநிதி ஸ்டாலின் கூலிங்கிளாஸும் எக்ஸ்பிரஸ னுமாக ஒரு மாதிரி சமாளித்துள்ளார். நயன்தாராவின் காதல் காட்சிகளைக் காட்டிலும் அப்பா நரேன், அக்கா சாயாசிங், மாமா பரத் ரெட்டி, தோஸ்த் சந்தானம் இவர்களுடைய காம்பினேசன் காட்சிகளில் நன்றாகவே நடித்திருக்கிறார் உதயநிதி.

நயனதாரா வழக்கம் போல் பவித்ரா எனும் அழகு பதுமையாக வந்து முதுமை நிரம்பியவர்களையும் உசுப்பேற்றுகிறார்.

மயில்வாகணன் சந்தானம் தான் கதிர்வேலனின் காமெடி கமர்ஷியல் வாகனம்.

எதுக்கு நீ சண்டைக்கு போற பாக்யராஜ் மாதிரி வாட்ச், மோதிரத்தை எல்லாம் கழட்டி வக்கிற? என கேட்பதில் தொடங்கி எல்லா பெண்களும் சூர்யா மாதிரி பையன் வேணும்தான் பார்ப் பாங்க. ஆனால் கடைசியில ஏரியா பையனுக்குத்தான் உஷாரா வாங்க என இந்தக்காலத்து இளம் பெண்களை வம்புக்கு இழுப்பது வரை சீனுக்கு சீன் தியேட்டரை அதிர விடுகிறார்.

எந்தவிதமான பன்ச் டயலாக் பில்டன் சீன் எதுவுமில்லாமல் மிக யதார்த்தமாக தாயாரிப்பாளரும் நடிகருமான உதயநிதி ஸ்டாலின் படத்தில் வருவது எல்லோரையும் வசீகரிக்கிறது.

அப்பாவுக்கு அடங்கிய பிள்ளை காதலித்தால் தப்பில்லை என்று சொல்வதற்குள் இரண்டரை மணிநேரம் காணாமல் போய் விடுகிறது.

☼

நண்பேண்டா

இயக்குநர் ராஜேஷின் உதவி இயக்குநர் ஜகதீஷ் இயக்கும் 'நண்பேன்டா' எனும் திரைப்படத்தை தயாரித்து சந்தானத்துடன் இணைந்து தானும் நடிக்க விருப்பதாக 2013 ஆம் ஆண்டு சூலை மாதம் உதயநிதி ஸ்டாலின் தெரிவித்தார்.

இப்படத்தின் நாயகியாக முதலில் காஜல் அகர்வாலை தேர்ந்தெடுத்தனர். அதற்காக அவருக்கு குறிப்பிட்ட தொகையும் முன்பணமாக பெற்றுக் கொண்டார்.

காஜல் படத்திற்கு முறையான தேதிகள் வழங்கப்படாத நிலையில் வேறு சில தெலுங்கு படங்களில் தொடர்ந்து நடித்துக் கொண்டிருந்தார்.

இரண்டு மாதங்கள் பொறுத்திருந்த படத்தின் தயாரிப்பாளர் உதயநிதி பின்னர் படத்தின் நாயகியாக நயன்தாராவை தேர்ந்தெடுத்ததாக தெரிவித்தார். மேலும் இப்படத்தில் தமன்னா சிறப்புத் தோற்றத்தில் நடிப்பார் என தெரிவிக்கப்பட்டது.

இப்படத்திற்கு ஹாரிஸ் ஜெயராஜ் இசையமைப்பாளராகவும் பாலசுப்பிரமணியம் ஒளிப்பதிவாளராகவும் பணியாற்றுவார் எனத் தெரிவிக்கப்பட்டது.

உதயநிதி ஹாரிஸுடன் நடிகராக மூன்றாவது முறையும், தயாரிப்பாளராக ஐந்தாவது முறையும் இணைகின்றார் என்பது குறிப்பிடத் தக்கது.

இப்படத்திற்கு ஆறுபாடல்கள் சோனி நிறுவனத்தின் மூலம் 2014ம் ஆண்டு டிசம்பர் 23ம் நாள் படத்தின் இசை வெளியிடப்பட்டது.

இசை வெளியீட்டு விழாவில் நடிகர்கள் சூர்யா மற்றும் ஆர்யா கலந்து கொண்டனர். படத்தின் பாடல்கள் வெளிவந்த முதல்நாளே ஐடியுன்சில் (I Tunes) முதலிடம் பிடித்தது.

'எனை மறுபடி மறுபடி' பாடலை விஜய் பிரகாஷ், மேகா பாடியுள்ளனர்.

'ஊரெல்லாம் உன்னைக் கண்டு' பாடலை உன்னி கிருஷ்ணன், பாம்பே ஜெயஸ்ரீ பாடியுள்ளனர்.

'நீ சன்னோ நியுமூனோ' பாடலை ரிச்சர்ட், ஆன்ட்ரியா, ஜெ ரெமையா பாடியுள்ளனர்.

'நீராம்பல் பூவே' பாடலை அர்ஜுன் மேனன், மெக்விக்கி பாடியுள்ளனர்.

'டப்பாங்குத்து மெட்டுல' பாடலை கானா பாலா, உஜ்ஜயினிராய் பாடியுள்ளனர்.

'தேனே தேனே செந்தேனே' பாடலை ஹரிசரண், பிரவீன் சாய்வி பாடியுள்ளனர்.

இப்படத்தில் உதயநிதி ஸ்டாலின், நயன்தாரா, சந்தானம், கருணாகரன், ஷெரின், பூஜா இராமச்சந்திரன், சூசானா ஜார்ஜ், மனோ பாலா, லொல்லுசபா மனோகர், தமன்னா (சிறப்புத் தோற்றம்) ஆகியோர் நடித்துள்ளனர்.

'நண்பேன்டா' திரைக்கதை இதுதான்

நாயகன் உதயநிதி தஞ்சாவூரில் எந்த வேலை வெட்டிக்கும் செல்லாமல் ஊர் சுற்றி வருகிறார். இவருடைய நண்பரான சந்தானம் திருச்சியில் ஓட்டல் ஒன்றில் மேனேஜராக பணியாற்றி வருகிறார்.

வேலை வெட்டி எதுவும் இல்லாததால் மாதா மாதம் சந்தானத்துக்கு சம்பளம் போடும் சமயம் பார்த்து திருச்சிக்கு சென்று அவருடைய பணத்தில் ஊர் சுற்றி ஜாலியாக பொழுதை கழிப்பதை வாடிக்கையாக வைத்திருக்கிறார் உதயநிதி.

அதுபோல் ஒருமுறை திருச்சிக்கு போயிருக்கும்போது அங்கு நயன்தாராவை பார்க்கிறார். பார்த்தவுடனேயே அவள் மீது காதல் வயப்படுகிறார்.

நயன்தாரா வங்கி ஒன்றில் பெரிய பதவியில் இருக்கிறார். மிகவும் நேர்மையான அதிகாரியான இவர் ஹாஸ்டலில் தங்கி பணிபுரிந்து வருகிறார்.

நயன்தாராவை எப்படியாவது கவர வேண்டும் என்று உதயநிதி அவருக்கு பிடித்த விசயங்களாக பார்த்து செய்து அவரை கவர நினைக்கிறார்.

ஒரு கட்டத்தில் நயன்தாராவுக்கும் உதயநிதி மீது காதல் வர ஆரம்பிக்க தன்னைப் பற்றிய விசயங்களை அவரிடம் கூறுகிறார்.

அதன்படி சென்னையில் வேலை பார்த்தபோது வங்கியில் நடைபெறும் குற்றங்களைத் தட்டிக் கேட்க கடைசியில் வங்கியில் தனக்கு கெட்ட பேர் ஏற்பட்டதைக் கூறுகிறார்.

அந்த கோபத்தை நாயிடம் காட்ட அதில் அந்த நாய் இறக்கிறது. இதற்கு தண்டனையாக ப்ளூகிராசில் இவர் சிறை வைக்கப்பட்ட சம்பவங்களை உதயநிதியிடம் விவரிக்கிறார் நயன்தாரா.

இதைக் கேட்ட உதயநிதி வாய்விட்டு சிரிக்கிறார். எனக்கு நேர்ந்த துன்பம் உனக்கு சிரிப்பாக இருக்கிறதா? நீயும் ஜெயிலுக்குப் போனால்தான் அந்த வலி தெரியும். உனக்கும் எனக்கும் செட் ஆகாது என்று அவரை உதறித்தள்ளுகிறார் நயன்தாரா.

இந்த சோகத்தை தனது நண்பன் சந்தானத்திடம் போய் சொல்கிறார் உதயநிதி. சந்தானம் உதயநிதியையும் நயன்தாராவையும் சேர்த்து வைக்க பலவித முயற்சிகளை மேற்கொள்கிறார். அது எல்லாம் இவர்களுக்கு எதிராகவே அமைய நயன்தாராவுக்கு உதயநிதி மீது கோபம் அதிகரிக்கிறது.

இதற்கிடையில் திருச்சியில் பெரிய தாதாவாக இருக்கும் ஸ்கார்பியோ சங்கர் என்ற பெயருடன் வரும் மொட்டை ராஜேந்திரன், அவரது ஸ்கார்பியோ கார் மீது மிகுந்த பாசத்துடன் இருக்கிறார்.

லோனில் வாங்கிய அந்த காருக்கு சரியான தவணை கட்டாததால் நயன்தாரா வேலை செய்யும் வங்கி அந்த காரை ஜப்தி செய்கிறது.

தன்னுடைய காரை மீட்க நயன்தாராவிடம் வாக்குவாதம் செய்யும் ராஜேந்திரனிடம் காரை திருப்பி தர முடியாது என்று நயன்தாரா விடாப்பிடியாக இருக்கிறார்.

இதனால் கோபமடைந்த ராஜேந்திரன் தான் பாசமுடன் நேசித்த காரை தன்னிடமிருந்து பிரித்த நயன்தாராவை பழிவாங்க துடிக்கிறார்.

இதற்கிடையில் போலீசான கருணாகரன் சிறுவயதில் தன்னை அவமானப்படுத்திய உதயநிதி - சந்தானத்தை எப்படி பழிவாங்குவது என காத்துக் கொண்டிருந்தார்.

கடைசியில் இவர்களின் எதிர்ப்பையெல்லாம் மீறி உதயநிதி - நயன்தாரா காதல் வென்றதா இல்லையா என்பதுதான் மீதிக் கதை.

உதயநிதி இந்த படத்திலும் எளிமையாக யதார்த்தமான நடிப்பை வெளிப்படுத்தியிருக்கிறார். தனது முந்தைய படங்களை விட இப் படத்தில் அழகாக நடனமும் ஆடியிருக்கிறார்.

முதன்முறையாக இந்த படத்தில் ஒரு சண்டை காட்சியிலும் நடித்துள்ளார்.

அண்ணாமலை படத்தில் குஷ்புவை வில்லன்களிடமிருந்து ரஜினி காப்பாற்றும் சண்டைக் காட்சியைப் போலவே, ரொமான்ஸ் கலந்த சண்டைக் காட்சியை அமைந்திருக்கிறார்கள்.

அது நன்றாகவே வந்திருக்கிறது. உதயநிதியும் அதை நன்றாகவே செய்திருக்கிறார்.

இப்படத்தின் நாயகி நயன்தாராவுக்கு படத்திற்கு படம் அழகு கூடிக் கொண்டேசெல்கிறது என்றே சொல்லும் அளவுக்கு இந்த படத்தில் இவரது அழகு ரொம்பவும் பளிச்சிடுகிறது. படம் முழுக்க இவருடைய அழுத்தமான கதாபாத்திரத்திற்கு ஏற்ற நடிப்பை வெளிப்படுத்தி கைதட்டல் பெறுகிறார்.

சந்தானம் வழக்கம் போல் இந்த படத்திலும் தன்னுடைய காமெடி சரவெடியை கொளுத்தி போட்டிருக்கிறார். கருணாகரன் மனோ பாலா, மொட்டை ராஜேந்திரன் ஆகியோரும் சிறப்பாக நடித் துள்ளனர்.

உதயநிதி நடித்த 'ஓகே ஓகே' படத்தின் இயக்குநர் ராஜேஷின் சிஷ்யர் ஜெகதீஷ் இயக்கியிருக்கும் படம் இது.

தனது குருவிடம் கற்றுக் கொண்ட மொத்த வித்தையையும் இப்படத்தில் இறக்கி சபாஷ் பெற்றிருக்கிறார் ஜெகதீஷ்.

தன்னுடைய முதல் படத்திலேயே மிகப்பெரிய நட்சத்திர பட்டாளத்தை வைத்துக் கொண்டு அவர்களை திறமையாக இயக்கி வெற்றி கண்டிருக்கிறார்.

படத்திற்கு மிகப்பெரிய பலமே வசனந்தான். அதை காட்சிக்கு ஏற்றவாறு அமைத்து அழகாக ரசிக்க வைத்திருக்கிறார்.

மொத்தத்தில் நண்பேன்டா ரொம்ப நல்லவன்டா என்று சொல்லத் தூண்டுகிறது.

படத்தில் எந்த இடத்திலும் ஆபாசம் என்ற வார்த்தைக்கு இடம் கொடுக்காமல் குடும்பத்துடன் ரசிக்கும்படியாக படத்தை கொடுத்த தற்கு இயக்குநரைப் பாராட்ட வேண்டும்.

✡

19
கெத்து

உதயநிதி ஸ்டாலினும் ஏமி ஜாக்சனும் ஜோடியாக நடித்த குற்றத் திகில் படம் 'கெத்து' இத்திரைப்படம் 2016 ஆம் ஆண்டில் வெளிவந்தது.

திருக்குமரன் இயக்க ஹாரிஸ் ஜெயராஜின் இசையமைப்பில் உதயநிதி ஸ்டாலின் தயாரிப்பில் ரெட் ஜெயின்ட் மூவீஸ் வெளியான வெற்றித் திரைப்படம் இது.

உதயநிதி ஸ்டாலின் சேதுவாகவும், ஏமி ஜாக்சன் நந்தினி இராமானுஜமாகவும், விக்ராந்த், டேவிட் கிறிஸ்டோபியராகவும், கருணாகரன் காவலராகவும், அவினாசு டேவிட்டின் முதலாளி யாகவும், மைம் கோபி ரவுடி ராசாவாகவும், அனுராதா ராசாவின் தாயாராகவும் நடித்துள்ளனர்.

2015 டிசம்பர் 25 ஆம் தேதி இத்திரைப்படத்தின் இசைத் தொகுப்பு ஆடியோ வெளியிடப்பட்டது.

'தில்லு முல்லு' பாடலை நரேசு ஐயர், இரனினா ரெட்டி பாடி யுள்ளனர்.

‘தேன்காற்று’ பாடலை ஹரிசரண், சாசா, திருப்பதி பாடியுள்ளனர்.

‘எவன்டா இவன்’ பாடலை எம் சி விக்கி சர்மிளா பாடியுள்ளனர்.

‘அடியே அடியே’ பாடலை கார்த்திக், சாலினி பாடியுள்ளனர்.

‘முட்டை பச்சி’ பாடலை கானா வினோத் அந்தோனிதாசன், மரண கானா விசி, எபிசா பாடியுள்ளனர்.

‘கெத்து’ தமிழ்ச் சொல் அன்று எனக்கூறி இப்படத்திற்கு வரிவிலக்கு அளிக்கப்படவில்லை.

தமிழ் அகர முதலியில் கெத்து என்ற சொல் உள்ள பக்கத்தை டுவிட்டர், பேஸ்புக் ஆகியவற்றில் பகிர்ந்து உதயநிதி ஸ்டாலின் இதற்கு எதிர்ப்பு தெரிவித்திருந்தார்.

இது தொடர்பாக படக்குழு வரிவிலக்கு அளிக்க சொல்லி நீதி மன்றத்தில் வழக்கு தொடரப்பட்டது. பின் விசாரித்த சென்னை உயர்நீதிமன்றம் கெத்து தமிழ் சொல்லே என்பதை அறிந்து வரிவிலக்கு அளிக்க உத்தரவிட்டது.

கெத்து என்றால் ஆணவம், செருக்கு என்று பொருள்.

ஹாரிஸ் ஜெயராஜின் இசையில் அனைத்துப் பாடல்களும் சுபராகம்.

எம். குமாரின் குமுளி மலையும், மலைசார்ந்த இடமுமான இயற்கை எழில் கொஞ்சும் ஒளிப்பதிவு இதம் பதம் இப்படத்திற்கு பெரும் பலம். பி. தினேஷின் படத்தொகுப்பு ஓகே.

சந்தானம் இல்லாமல் உதயநிதி சிங்கிளாக் களத்தில் இறங்கி யிருக்கும் படம்.

உதயநிதி ஒரு லைப்ரரியன். அப்பா சத்யராஜ் பிடி மாஸ்டர். அம்மா, தங்கையென நிம்மதியான மிடில்கிளாஸ் வாழ்க்கை. நாயகி எமி ஜாக்சன் புத்தக திருடியாக உதயநிதியிடம் அறிமுகமாக இருவருக்கும் காதல் மலர்கிறது என படம் நகர்ந்து செல்கிறது.

வில்லன் என்ட்ரி, சத்யராஜ் வேலை செய்யும் பள்ளிக்கு எதிரில் வில்லன் ‘மைம் கோபி’ பார் தொடங்க அதனால் பள்ளி மாணவி

களுக்கு ஏற்படும் பிரச்சனை காரணமாக சத்யராஜ் போலீசில் புகார் கொடுக்கிறார்.

இதனால் சத்யராஜ் குடும்பத்திற்கு பிரச்சனை கொடுக்கிறார் கோபி. கோபிக்கும் சத்யராஜ் உதயநிதிக்கும் இடையில் நடக்கும் சண்டையில் அப்பா மகன் இருவரும் கோபியை பலபேர் முன்னால் பாறையிலேயே போட்டு அடித்து துவைக்க மறுநாள் மர்மமான முறையில் கோபி, கையில் சத்யராஜின் மோதிரத்தோடு இறந்து கிடக்க, சிறைக்கு செல்கிறார் சத்யராஜ்.

உதயநிதியின் போலீஸ் நண்பனாக கருணாகரன் இவரின் துணை யோடு உதயநிதி தனது தந்தையை விடுவிக்க கொலை செய்தது யார் எனக் கண்டுபிடிப்பதே மீதிக் கதை.

இப்படி ஒரு கதைசென்று கொண்டிருக்கும் போது விக்ராந்துடன் ஒரு கதையில் நகர்கிறது.

இண்டர்நேஷனல் கொலைகாரனான விக்ராந்திடம் இந்திய விஞ்ஞானியான அப்துல்கலாமை கொலை செய்ய பிராஜெக்ட் ஒப்படைக்கப்படுகிறது.

ஒரு கட்டத்தில் விக்ராந்தின் கதையுடன் உதயநிதியின் கதையும் கனெக்டாக பரபர கிளைமாக்ஸுடன் முடிகிறது படம்.

காமெடி டிராக்கில் ஸ்கோர் செய்த உதயநிதிக்கு ஆக்ஷன் ஹீரோ அவதாரம்.

குட்பாயாக யோகா, வெஜிடேரியன், லைப்ரேரியன் என மிடில் கிளாஸ் பையனாக ஸ்கோர் செய்வதாகட்டும், தந்தையை அடிக்கும் வில்லனை கோபத்தில் அடித்து நொறுக்குவதாகட்டும், பக்கத்து வீட்டுப் பையனைப் போல மனதில் பதிகிறார்.

செல்ல மகளை தடகள வீராங்கனையாக்க பயிற்சி கொடுப்பது, வீட்டில் மாமிசம் சமைப்பது, பொது இடங்களில் நடக்கும் தப்பை தட்டிக் கேட்பது என பக்கா பிடி தமாஸ் ஸ்டார் சத்யராஜ்.

☼

20

மனிதன்

மனிதன் திரைப்படம் *2013*ல் இந்தி மொழியில் வெளியான சுபாஷ்கபுரின் 'ஜாலி எல் எல்பீ' படத்தினை அடிப்படையாகக் கொண்டு உதயநிதி ஸ்டாலின் தயாரிப்பில் வெளிவந்த படமாகும்.

ஏப்ரல் *29, 2016*ல் வெளியான இத்திரைப்படத்தை எல். அகமது இயக்கியுள்ளார்.

உதயநிதி ஸ்டாலின், ராதாரவி, பிரகாஷ்ராஜ், விவேக், ஐஸ்வர்யா ராஜேஷ், கிருஷ்ணகுமார் ஆகியோர் இத்திரைப்படத்தில் நடித்துள்ளனர்.

சந்தோஷ் நாராயணன் இசையமைத்துள்ளார். ஆர். மதி ஒளிப்பதிவு செய்துள்ளார். ஜெ.வி. மணிகண்ட பாலாஜி எடிட்டிங் செய்துள்ளார்.

*2014*ல் இயக்குநர் ஐ.அகமதுவும் தயாரிப்பாளர் மற்றும் நடிகரான உதயநிதி ஸ்டலின் ஆகியோர் ஹன்சிகா மோத்வானி மற்றும் அசோக் செல்வன் ஆகியோரை வைத்து இதயம் முரளி எனும் திரைப்படத்தை எடுக்க திட்டமிட்டனர்.

அது இயலாமல் போகவே இந்தியில் வெளியான 'ஜாலி எல்எல் பீ எனும் திரைப்படத்தை எடுக்க எண்ணினர்.

ஹன்சிகா மோத்வானி, பிரகாஷ்ராஜ், ராதாரவி ஆகியோர் முக்கிய வேடத்தில் நடிக்க தேர்ந்தெடுக்கப்பட்டனர்.

இப்படத்தின் தயாரிப்பு 2015 ஆகஸ்டு மாதம் தொடங்கப்பட்டது. அதன் பின்னர் தான் ஐஸ்வர்யா ராஜேஷ் படத்திற்கு கையெழுத் திட்டார்.

சந்தோஷ் நாராயணன் இசையமைத்துள்ள இப்படத்தில் ஐந்து பாடல்கள் அமைந்துள்ளன. இவற்றிற்கு மேலாக இத்திரைப் படத்தில் வெளிவராத பாடலை சக்தி ஸ்ரீ கோபாலன் பாடியுள்ளது குறிப்பிடத்தக்கது. இத்திரைப்படத்தில் இடம் பெற்றுள்ள பாடல் வரிகளை மதன் கார்க்கி, விவேக் ஆகியோர் எழுதியுள்ளனர்.

கதாநாயகனாக நடித்துள்ள உதயநிதி ஸ்டாலின் தனது கதாபாத்திரம் குறித்து பேசுகையில், 'இதுவரை பெரும்பாலும் காமெடி கதா பாத்திரங்களில் நடித்த நான் இந்த படத்தில் மிகவும் அழுத்தமான வக்கீல் கதாபாத்திரத்தில் நடித்துள்ளேன். இப்படத்தில் முக்கிய அம்சமாக சமூக கருத்தும் இருக்கிறது.

வக்கீலாகி மாமன் மகளான ஹன்சிகாவை திருமணம் செய்யும் நோக்கத்தில் ஊரில் இருந்து சென்னைக்கு வருகிறேன். வந்ததும் ஒரு கேஸை எடுத்து நடத்துகிறேன். எனக்கு எதிராக மிகப்பெரிய பிரபல மான வக்கீலான பிரகாஷ்ராஜ் வாதாடுகிறார். அவரை எதிர்த்து அந்த வழக்கில் எப்படி ஜெயிக்கிறேன் என்பது தான் கதையின் மையக்கரு.

இதுவரை நான் நடித்த படங்கள் எல்லாம் எனக்கு வசனம் குறை வாகவே இருந்தது. இப்படத்தில் வக்கீல் கதாபாத்திரம் என்பதால் ஏகப்பட்ட வசனம் உள்ளது.

பிரகாஷ்ராஜ், ராதாரவி சம்பந்தப்பட்ட காட்சிகளில் நிறைய வசனம் பேசி நடித்திருக்கிறேன்.

நன்றாக நடித்திருப்பதாக திருப்தி. படம் என்பது 29 ஆம் தேதி ரிலீஸ் ஆகிறது. படத்தின் வெற்றி மக்கள் கையில் தான் இருக்கிறது.

ஓகே ஓகே படத்திற்குப் பிறகு ஹன்சிகா இப்படத்தில் என்னுடன் இணைந்து நடித்திருக்கிறார். இதில் அவருக்கு ஆசிரியை கதாபாத்திரம். படம் முழுக்க என் கேரக்டரை வழி நடத்தும்படி யான கேரக்டரில் நன்றாக நடித்திருக்கிறார்.'

இயக்குநர் அஹிமத் கூறும்போது 'சென்னையில் நடந்த ஒரு சம்பவத்தை மையமாக வைத்து இப்படத்தை எடுத்திருக்கிறோம். இப்படத்தில் உதயநிதிக்கு வசனங்கள் அதிகம் பேசக் கூடிய கேரக்டர்.

பிரகாஷ்ராஜ், ராதாரவி ஆகியோரின் நடிப்பு எப்போதும் சிறப்பாக இருக்கும். அவர்களுக்கு இணையாக செய்தால் தான் எடுபடும். அந்த வகையில் உதயநிதி தனது கதாபாத்திரத்தை சிறப்பாக செய்திருக்கிறார் திரையில் பார்க்கும போது அது தெரியும்.

இது தவிர விவேக்கும் வக்கீல் கதாபாத்திரத்தில் நடித்திருக்கிறார். அவருக்கே உரித்தான தொடர் காமெடியாக இல்லாமல் இடை இடையே ரசிக்கும்படியாக இருக்கும்.

சந்தோஷ் நாராயணன் இசையில் பாடல்கள் சிறப்பாக வந்திருக் கின்றன. மதியின் ஒளிப்பதிவும் நன்றாக இருக்கும். மொத்தத்தில் அனைவருக்கும் பிடித்தமான படமாக மனிதன் இருக்கும்' என்றார்.

கதைப்படி உதயநிதி ஊரில் வக்கீலுக்கு படித்துவிட்டு வெட்டியாக சுற்றும் இளைஞன். தன் ஊரிலே தன்னைச் சுற்றி இருப்பவர்கள், குடும்பத்தினர் அனைவரின் கேலிக்கும் கிண்டலுக்கும் ஆளாகும் அப்பாவியாக வலம் வருகிறார்.

இடையில் தன் மாமாவின் மகள், தன்னுடைய முறைப்பெண்ணான ஹன்சிகாவுடன் காதல் என ஜாலியாக வரும் உதயநிதிக்கு தான் ஒரு திறமையான வக்கீல் என நிரூபித்தால் மட்டுமே ஹன்சிகாவை திருமணம் செய்து கொள்ள முடியும் என்ற நிலையில் ஊரை விட்டு சென்னைக்கு வருகிறார்.

சென்னையில் பல்வேறு அவமானங்கள், கஷ்டங்கள், சங்கடங்கள் என பல இன்னல்களுக்கு உட்பட்டு வருகிறார்.

விவேக்கை நம்பி சென்னை வரும் உதயநிதிக்கு வந்த இடத்தில் பெரிய அதிர்ச்சி விவேக் ஊறுகாய் கடை போட்டு பிழைத்து வருவது.

அந்த நேரத்தில் இவர் ஒரு வக்கீலாக நீதிமன்றத்தில் வலம் வருவதுடன் பல அவனமாங்களையும் சந்திக்கிறார்.

ஒரு கட்டத்தில் நடைபாதையில் படுத்திருந்த ஏழைகளை ஒரு பெரிய இடத்து பையன் காரினை ஏற்றி கொன்று விடுகிறான். அவருக்கு ஆதரவாக இந்தியாவின் மிகப் பெரிய வக்கீலான பிரகாஷ் ராஜ் ஆஜராகிறார். அவருக்கு எதிராக அந்தப் பையனுக்கு எதிராக உதயநிதி ஆஜராகிறார்.

இதனால் பல துன்பங்கள், தடங்கல்களை சந்திக்கும் உதயநிதி தான் யார் என்பதையும் தன்னுடைய திறமையையும் நிரூபிக்க இதுதான் சரியான சந்தர்ப்பம் என களத்தில் முழுமனதுடன் இறங்குகிறார்.

கேஸுக்கு அலையும் வக்கீலாகவும், பின் மாஸுக்கு சமூக அக்கறை யுடன் ஒரு பொதுநல வழக்கு போட்டு இந்தியாவே கொண்டாடும் லாயர் ஆதிசேஷனை (பிரகாஷ்ராஜ்) எதிர்த்து அலட்டலில்லாமல் ஜெயிக்கும் நியாயமான இளம் வக்கீலாக உதயநிதி ஸ்டாலின் கச்சிதமாக நடித்துள்ளார்.

இதுநாள் வரை நடித்த படங்களிலேயே இந்த படத்தில் தான் அந்த பாத்திரமாகவே வாழ்ந்திருக்கிறார் உதயநிதி ஸ்டாலின்.

ஹன்சிகா உதயநிதிக்குமான காதலும் ஐஸ்வர்யா ராஜேஷிக்குமான புரிதலும் இணக்கமும் சுணக்கமும் ரசனைதான்.

உதயநிதியை விட இந்தியாவின் பிரபல வக்கீலாக வரும் பிரகாஷ் ராஜிக்கு நிறைய பன்ச் டயலாக்குகள்.

அதிலும் 'என் தகுதிக்கு என்ன சம்பளம்னு நான்தான் டிசைட் பண்ணுவேன். உங்களுக்கு தெரியாத விஷயத்தில உங்க அறிவை பயன்படுத்தாதீங்க' உள்ளிட்ட பளீச் பன்ச்களில் வசனகர்த்தா அஜயன்பாலா சூப்பர்.

✧

சரவணன் இருக்க பயமேன்

ரெட் ஜெயின்ட் மூவீஸ் உதயநிதி ஸ்டாலின் தயாரிப்பில் உதயநிதி ஸ்டாலின், ரெஜினா கஸாண்ட்ரா, சிருஷ்டி டாங்கே, சூரி நடிப்பில் எழில் இயக்கி இருக்கும் படம் சரவணன் இருக்க பயமேன்.

ஏற்கனவே டி.இமான் இசையில் அனைத்து பாடல்களும் நல்ல வரவேற்பை பெற்றிருக்கின்றன. இப்படத்திற்கான பத்திரிக்கை யாளர் சந்திப்பு சென்னையில் நடைபெற்ற போது பலரும் தங்கள் கருத்தை கூறினார்கள்.

'எல்லா படங்களையும் நான் திரையரங்கில் தான் பார்க்கிறேன். படம் நன்றாக இருந்தால் பத்து தடவை வரை பார்ப்பேன். மற்றவர் களை பார்க்க பரிந்துரை செய்வேன்.

நல்லா இல்லைனா திட்டிக்கொண்டே வருவேன். தியேட்டர் டிக்கட், கேண்டின் விலை எல்லாம் குறைத்தால் நிறைய மக்கள் படம் பார்க்க வருவார்கள்.

நான் நடிப்பு பயிற்சி பள்ளி நடத்தி வருகிறேன். அதனாலேயே பார்த்தவுடனே நடிப்பில் யார் தேறுவார்கள் என சொல்லி விடுவேன். அந்த வகையில் உதயநிதி ஸ்டாலின் படங்கள் பார்த் திருக்கிறேன்.

அவர் பெரிய ஹீரோவாக நிச்சயம் வருவார். ரெஜினா கஸாண்ட்ரா சிறந்த நடிகை. அவர் தமிழ் சினிமாவின் ஜுலியா ராபர்ட்ஸ்' என கலகலப்பாக பேசிவிட்டுப் போனார் நடிகர் லிவிங்ஸ்டன்.

'வேலைன்னு வந்துட்டா வெள்ளைக்காரன்' படத்தின் கிடைத்த அளவுக்கு இந்த படத்தில் எனக்கு தீனி இல்லை. ஓரிரண்டு சீன்கள் தான் என்றாலும் எழில் படம் என்பதால் மட்டுமே நடித்தேன். வசந்தபாலன் எனக்கு கடவுள். இயக்குனராக இருந்த என்னை நடிகராக்கியவர். எனக்கு காமெடியும் வரும் என்பதை எனக்கு உணர்த்தியவர் என் அண்ணன் எழில்.

அதனால்தான் ஒரு சீன் என்றாலும் நான் நடிக்கிறேன். உதயநிதி ஸ்டாலின் பெரிய குடும்பத்தின் வாரிசு என்றாலும் எல்லோரிடமும் சகஜமாக பழகக் கூடியவர். நல்ல மனிதர்' என்றார் நடிகர் ரவிமரியா.

'பல முக்கியமான நடிகர்கள் நடித்துக் கொண்டிருக்கும் போது மானிட்டரில் மிகவும் அமைதியாக அமர்ந்திருப்பார் இயக்குநர் எழில். அவர் பொறுமைசாலி மட்டுமல்ல. புத்திசாலி எடிட்டிங் தெரிந்த ஒரு இயக்குநர். அது தான் இயக்குநர் எழிலின் வெற்றிக்கான முக்கிய காரணம்.

நல்ல இயக்குநர்கள் இங்கு அதிகமாக இல்லை. எழில் மாதிரி குறைந்த பட்சம் 10 இயக்குனர்கள் தற்போதைய தமிழ் சினிமாவுக்கு தேவை.

உதயநிதி ஸ்டாலினை இரண்டுமுறை பார்த்து பேசியிருக்கிறேன். யாருக்குத் தெரியும் தமிழ்நாட்டின் வருங்கால முதலமைச்சருடன் கூட நான் பேசியிருக்க வாய்ப்பு இருக்கிறது' என்றார் இயக்குனரும் நடிகருமான ஜி.எம். குமார்.

'இதுதான் கதையா? என்ற ரீதியில் ஒரு மெல்லிய கதையை சொல்லு வார் இயக்குநர் எழில். ஆனால் படமாக பார்க்கும் போது மிகவும் பிரமாதமான படமாக எடுத்து வைத்திருப்பார்.

அப்படி நான் நினைத்த நான்கு படங்களும் சூப்பர் ஹிட். அந்த மாதிரி இந்த படமும் பெரிய வெற்றி பெரும். என் கைபேசியை எடுத்துப் பார்த்தால் என் மனைவியை விட யுகபாரதியின் மொபைல் நம்பருக்கு தான் அதிகம் பேசியிருப்பேன்.

அவருடன் அதிக பாடல்கள் பணியாற்றியுள்ளேன். அது ஒரு நல்ல அனுபவம் என்றார் இசையமைப்பாளர் டி. இமான்.'

''10 வருடங்களுக்கு முன்பு தமிழ்படங்களுக்கு வரிவிலக்கு சட்டத்தை கொண்டு வந்த கலைஞருக்கு நன்றி தெரிவித்து கொள் கிறேன்.

பாகுபலி மாதிரி படங்கள் ஏன் தமிழில் எடுக்கப்படுவதில்லை என ஆதங்கமாக இருக்கிறது. நாட்டின் விவசாயிகளின் பிரச்சனையை பிரதமர் மோடி கண்டு கொள்வதில்லை. ஆனால் சத்குரு விழாவில் கலந்து கொள்கிறார். முடியும்போது ஒலிக்க வேண்டிய தேசிய கீதத்தை திரையரங்குகளில் படம் ஆரம்பிக்கும் முன்னரே போடு கிறார்கள். அதுவும் தமிழ்நாட்டில் தமிழில் கூட தேசியகீதத்திற்கு அறிவிப்பு இல்லை. இதை எந்த ஒரு மாநில கட்சியும் கண்டுகொள்ள வில்லை'' என்றுபாய்ச்சலாக பேசிவிட்டு போனார் மன்சூர் அலிகான்.

'இதுநாள் வரை பரோட்டா சூரியாக எனக்கு ஒரு அடையாளத்தை கொடுத்திருந்தார் சுசீந்திரன் அதை உடைத்து எனக்கு புஷ்பா புருஷன் என்ற புதிய அடையாளத்தை கொடுத்தவர் சுசீந்திரனின் குரு எழில். என் மனைவிதான் அந்த அடையாளத்தால் ரொம்ப வருத்தப்படுகிறார்.

ஷூட்டிங்கில் நடிக்கும் நாங்கள் எவ்வளவு எக்ஸ்ட்ராவாக பேசினாலும் அதை அனுமதிப்பார் இயக்குநர் எழில்.

அவருக்கு தெரியும் எதை எப்படி உபயோகப்படுத்த வேண்டும் என்று. உதயநிதி சின்சியரான நடிகர். நல்ல மனசுக்காரர். என் அப்பா இறந்த போது பிரஸ் மீட்டை கூட கேன்சல் செய்துவிட்டு எனக்காக மதுரை வந்து என் அப்பாவுக்கு இறுதி மரியாதை செலுத்தினார்.

அந்த அளவுக்கு நட்புக்கு மரியாதை கொடுக்கக் கூடியவர். ரெஜினா பாடல் ஒன்ஸ்மோர் கேட்கும் வகையில் வந்திருக்கிறது. அதுவே 50 நாட்கள் வரை ஆடியன்ஸை தியேட்டருக்கு அழைத்து வரும்' என்றார் சூரி.

'இமான் ஒரு உணவுப் பிரியர். கம்போஸிங்குங்கு முன்பு அவருக்கு பிரியாணி ரெடி பண்ணிடுவேன். இமானும் யுகபாரதியும் சேர்ந்துட்டாலே தன்னால சூப்பர்ஹிட் பாடல்கள் வந்துவிடும். நம் முன்னோடி இயக்குநர்கள் எல்லாரும் திறமையானவர்கள். புத்திசாலிகள். அவர்களுடன் இணைந்து பணியாற்றுவது ஒரு சிறப்பான அனுபவம்.

இப்போது இருப்பவர்கள் சினிமா வரலாற்றை நம் மூத்த இயக்குநர்கள் பற்றி தெரிந்து கொள்ள விருப்பம் இல்லாமல் இருக்கிறார்கள். அது தவறு மாற வேண்டும்' என்றார் இயக்குநர் எழில்.

'சிருஷ்டி என்ன சொன்னாலும் நம்புவார் கொச்சினைத் தாண்டி ஒரு கடற்கரையில் ஷூட்டிங் நடந்த போது சிருஷ்டிக்கு கேரவன் கூட இல்லை. ஆனாலும் ஒத்துழைப்பு கொடுத்து நடித்தார்.

'எம்புட்டு இருக்குது ஆசை' பாட்டை பத்தி எல்லாரும் பேசுனாங்க.

அந்த பாட்டு அவ்ளோ பெரிய அளவு பேசப்படுறதுக்கு முக்கிய காரணம் ரெஜினாதான். நான் மூணாவதா ஒப்பந்தமான படம் தான் சரவணன் இருக்க பயமேன்.

ஆனா முதல்ல ரிலீஸ் ஆகுது. அதுதான் எழில்சார் வேகம். படம் பார்த்துட்டா நல்லா இருந்தா உடனே விமர்சனம் எழுதுங்க. இல்லைனா மூணு நாள் கழிச்சு எழுதுங்க' என்றார் நாயகன் உதயநிதி ஸ்டாலின்.

✿

22
நிமிர்

பிரியதர்ஷன் இயக்கத்தில் சந்தோஷ், டி.கருவில்லா ஆகியோரின் தயாரிப்பில் உதயநிதி ஸ்டாலின், நமீதா பிரமோத், மகேந்திரன், பார்வதி நாயர் ஆகியோரின் நடிப்பில் வெளியாகி இருக்கும் தமிழ்த் திரைப்படம் இது.

இத்திரைப்படம் மகேஷிண்டே பிரதிகாரம் என்னும் மலையாளத் திரைப்படத்தின் தழுவல் கதையொட்டி தமிழில் உருவாக்கப் பட்டது.

இத்திரைப்படம் தர்புகாசிவா, அஜனேஷ் லோக்நாத் ஆகியோரின் பாடலிசையிலும் ரோனி ரபேலின் பின்னணி இசையிலும், என்.கே. ஏகாம்பரத்தின் ஒளிப்பதிவிலும் ஐயப்பன் நாயரின் படத்தொகுப் பிலும் 2018 ஆம் ஆண்டில் திரையிடப்பட்டது.

மலையாளத்தில் இடுக்கியை மையமாகக் கொண்ட கதையை தமிழில் தென்காசியை கதைக்களமாக வைத்து எடுத்திருக்கிறார் இயக்குநர் பிரியதர்ஷன்.

சிறந்த புகைப்படக் கலைஞரான மகேந்திரனின் மகன் உதயநிதி. சிறு

வயதிலிருந்தே புகைப்படக் கலையில் தன்னிச்சையாக ஆர்வம் கொண்டவர்.

அப்பாவோடு சேர்ந்து தென்காசியில் ஒரு ஸ்டூடியோ வைத்திருக்கிறார். திருமண வீடுகள் பாஸ்போர்ட் சைஸ் போட்டோக்கள் எடுப்பது என சிறுநகரத்துக்கேயுரிய ஸ்டூடியோ போட்டோகிராபர்.

சிறுவயதிலிருந்தே காதலித்து வரும் உதயநிதியும் பார்வதி நாயரும் சில சூழ்நிலைகளால் பிரிய வேண்டிய நிலை ஏற்படுகிறது.

பார்வதி நாயர் வசதியுள்ள மாப்பிள்ளை ஒருவரைத் திருமணம் செய்து கொள்கிறார். எதிர்பாராத விதமாக ஒரு சண்டையில் உதயநிதியை அடித்து துவைத்து விடுகிறார் சமுத்திரகனி. அவரைத் திரும்பி அடிக்காமல் காலில் செருப்பு அணிய மாட்டேன் என சபதம் எடுக்கிறார் உதயநிதி.

சமுத்திரக்கனி இருக்கும் இடத்தை தெரிந்து கொண்டு அவரை திருப்பி அடிக்கப் புறப்படுகிறார் ஆனால் அதற்குள் சமுத்திரக்கனி துபாய் சென்று விடுகிறார். அதற்குப் பின் தற்காப்பு கலைகளை கற்றுக் கொண்டு சமுத்திரக் கனியை திருப்பி அடிக்கும் சந்தர்ப்பத்திற்காக காத்திருக்கிறார் உதயநிதி.

இதற்கிடையே சமுத்திரக்கனியின் தங்கை நமீதா ப்ரமோத்துடன் உதயநிதிக்கு காதல் பிறக்கிறது. புகைப்படக்கலை அறியாத உதய நிதியை சிறப்பாக புகைப்படம் எடுக்க வைத்து கவர்கிறார் நமீதா ப்ரமேஷ். காதலைச் சொல்ல நினைக்கும் நேரத்தில் அவரது அண்ணன்தான் சமுத்திரக்கனி என்று தெரிகிறது. தெரிந்தும் காதலிக்கிறார்.

அதன் பிறகு ஊரிலிருந்து சமுத்திரக்கனி திரும்பி வந்தாரா அவரை உதயநிதி அடித்து வீழ்த்தி செருப்பை அணிந்தாரா, பிறகு அவரது தங்கையையே அவரால் மணக்க முடிந்ததா என்பதெல்லாம் கிளைமாக்ஸ்.

உதயநிதியின் சினிமா கேரியரில் இது முக்கியமான படம். ஆக்ஷன், குத்துப்பாட்டு என இருந்த அவரிடமிருந்து அலட்டல் இல்லாத ஹீரோயிசம் இல்லாத நடிப்பை வாங்கியிருக்கிறது இந்தப் படம்.

மசால் வடை தின்பதும், மயக்கமாக பார்ப்பதுமாக பார்வதி நாயர் சிரிப்பின் மூலமே அத்தனை உணர்வுகளையும் காட்டி விடுகிறார் நமீதா ப்ரமோத்.

இயக்குநர் மகேந்திரனுக்கு அதிகம் வசனமில்லாமல் அமைதியாக விட்டத்தை பார்க்கிற மாதிரியான கேரக்டர். எம்.எஸ். பாஸ்கர் உதயநிதிக்காகவும் கருணாகரனுக்காகவும் கலங்கும் போதும், ஒரு காட்சியில் கொண்டாட்டத்தில் துள்ளுவதுமாக நடிப்பில் பின்னி எடுத்திருக்கிறார்.

சமுத்திரக்கனி, கருணாகரன், இமான் அண்ணாச்சி, அருள்தாஸ், கஞ்சா கருப்பு, சண்முகராஜா ஆகியோரும் சிறப்பாக நடித்திருக் கிறார்கள். உதயநிதியின் கேரியரில் யதார்த்தமான நடிப்பிற்கு மட்டுமே ஸ்கோப் இருக்கிற படம். அதனை உறுத்தலின்றி செய் திருக்கிறார்.

தர்புகா சிவா, அஜனீஷ் லோக்நாத் என பாடல்களுக்கு இரண்டு இசையமைப்பாளர்களும், பின்னனி இசைக்கு ரோன்னிராஸ் பேலும் இசையமைத்திருக்கிறார்கள். அஜ்னீஷ் லோக்நாத் இசை யில் தாமரையின் வரிகளில் 'நெஞ்சில் மாமழை' பாடல் நெஞ்சம் கவர்கிறது.

மலையாள வாசமடித்தாலும், தர்புகாசிவன் இசையில் வைரமுத்து வரிகளில் 'பூவுக்கு தாழ்ப்பாள் எதற்கு' பாடலும் ரசிக்க வைக்கிறது.

சிக்கல் இல்லாத திரைக்கதை, உறுத்தாத நடிப்பு என ரீமேக்குக்கு அதிகபங்கம் ஏற்படாமல் இயக்குநர் பிரியதர்ஷன் இயக்கியுள்ளார்.

குடும்பத்துடன் கண்டு கழிக்கக் கூடிய வாழ்வியல் சார்ந்த அழகான கவிதையாக நிமிர்படம் கவர்கிறது.

☼

23
கண்ணே கலைமானே

உதயநிதி ஸ்டாலினின் தயாரிப்பு நிறுவனமான ரெட்ஜெயன்ட் மூவீஸ் நிறுவனத்தின் படம் தான் 'கண்ணே கலைமானே' திரைப்படம்.

இத்திரைப்படத்தை சீனு இராமசாமி எழுதி இயக்கியுள்ளார். உதயநிதி ஸ்டாலின் மற்றும் தமன்னா முன்னணிக் கதாபாத்திரங்களில் நடித்துள்ளனர். வைரமுத்து இத்திரைப்படத்திற்கான பாடல்களை எழுதியுள்ளார். யுவன்சங்கர் ராஜா இப்படத்திற்கு இசை யமைத்துள்ளார்.

இத்திரைப்படத்தின் படப்பிடிப்பு 2018 ஆம் ஆண்டின் மத்தியில் தொடங்கப்பட்டு 45 நாட்களில் படப்பிடிப்பு ஒரே கட்டமாக நடந்து முடிந்துள்ளது.

ஜலந்தர் வாசன் ஒளிப்பதிவு பணியினை மேற்கொண்டுள்ளார். எடிட்டிங் பணியினை காசி விஸ்வநாதன் செய்துள்ளார்.

கமலக்கண்ணனாக உதயநிதியும், பாரதியாக தமன்னாவும், அப்பத்தாவாக வடிவுக்கரசியும், கமலக்கண்ணனின் அப்பாவாக பூராமுவும், உதவி மேலாளராக வெற்றிக்குமரனும் நடித்துள்ளனர்.

படத்தின் தலைப்பான கண்ணே கலைமானே என்ற வார்த்தைகள் 1982 ஆம் ஆண்டில் கமல்ஹாசன், ஸ்ரீதேவி நடித்து பாலு மகேந்திரா இயக்கத்தில் உருவான மூன்றாம் பிறை திரைப்படத்தில் வந்த பாடலின் முதல் வார்த்தைகள் ஆகும்.

மதுரைக்கு அருகில் உள்ள பசுமையான கிராமங்களில் இத்திரைப் படத்தின் படப்பிடிப்பு ஜனவரி 2018ல் தொடங்கியது. திரைப் படத்தின் படப்பிடிப்பு ஒரே கட்டமாக நடந்து மார்ச் 14, 2018 இல் நிறைவடைந்தது.

விவசாயிகளின் வலி, நலிவடைந்து வரும் நெசவுத் தொழிலை காப்பாற்ற வேண்டும போன்றவற்றை வலியுறுத்தும் மண்சார்ந்த கதையை உருவாக்கிய சீனுராமசாமிக்கு பாராட்டுக்களை தெரி விக்க வேண்டும்.

மிகைப்படுத்தப்படாத வசனங்கள் இயல்பானதாக படத்திற்கு வலு சேர்த்திருக்கின்றன. யுவன்சங்கர் ராஜாவின் இசையில் பாடல்கள் உணர்ச்சிப் பூர்வமாக கலங்க வைக்கின்றன. ஜலேந்தர் வாசனின் ஒளிப்பதிவில் இயற்கை காட்சிகள் கண்ணுக்கு இனிமையாக இருக்கிறது.

ஒரு சாதாரண கதையில் பாசத்தை அள்ளிக் கொடுத்திருக்கிறார் சீனுராமசாமி. கண்ணுக்குள் புதைந்திருக்கும் ஈரத்தை தன்னுடைய காட்சிகள் மூலம் கண்ணீராக வரவழைப்பதில் சீனுராமசாமி வெற்றி பெற்றிருக்கிறார்.

விவசாயியாக வரும் உதயநிதியிடம் முழுக்க கமலக்கண்ணன் கதாபாத்திரமாகவே மாறியிருக்கிறார். இரண்டாவது பாதியில் தனது மவுனத்தின் மூலமே தனக்கு உண்டான வலியை சிறப்பாக பதிவு செய்திருக்கிறார். விவசாயிகள் கடன், நீட் பற்றி தைரியமாக பேசி யிருக்கிறார்.

நிமிர் படத்திற்கு பிறகு உதயநிதிக்கு முக்கிய படமாக இது இருக்கும் என்பதில் சந்தேகமில்லை. அழுத்தமான கதாபாத்திரத்தில் தனது குடும்பத்தை வழி நடத்தும் தைரியமான பெண்ணாக தமன்னா சிறப்பாக நடித்திருக்கிறார்.

கோபம், காமெடி என வடிவுக்கரசி வித்தியாசமான பாட்டி வேடத்தில் வந்து கவர்ந்து செல்கிறார். பூ ராமுவுக்கு வசனங்கள் அதிகம் இல்லை என்றாலும் பார்வையாலேயே நடிப்புத் திறனை வெளிப்படுத்தியிருக்கிறார்.

கிராமத்தில் மண்புழு உரம் தயாரிக்கும் நிறுவனத்தை நடத்திக் கொண்டு இயற்கை விவசாயியாக இருக்கிறார் விவசாயம் படித்த உதயநிதி ஸ்டாலின்.

அப்போது கிராம வங்கியில் மேலாளர் ஆக வந்து சேர்கிறார் தமன்னா. உதயநிதியின் நல்ல எண்ணத்தைப் பார்த்ததும் அவர் மீது காதல் கொள்கிறார் தமன்னா.

அப்பா பாட்டி உதயநிதியின் காதலை எதிர்க்க பத்துநாள் பட்டினி கிடந்து காதலி தமன்னாவை திருமணம் செய்து கொள்கிறார்.

திருமணத்திற்குப் பின் பொண்டாட்டி தாசனாகவே மாறிவிட்டார் என பாட்டி வடிவுக்கரசி சந்தேகப்பட்டு பேரன் உதயநிதியை தமன்னாவிடமிருந்து பிரிக்க பார்க்கிறார். ஆனால் அவருக்கு ஒரு அதிர்ச்சி காத்துக்கிடக்கிறது. அது என்ன என்பதுதான் படத்தின் கிளைமாக்ஸ்.

தமன்னா இப்படத்தில் சொந்தக் குரலில் பேசி நடித்திருக்கிறார்.

கிராம வங்கி மேலாளர் ஆக தமன்னா, காட்டன் புடவை காலர் வைத்த ஜாக்கெட், அழுத்தி வாரப்பட்ட மல்லிகைப் பூவைச்சூடிய தலை என தமிழ் சினிமாவில் ஒரு புது கதாபாத்திரம்.

உதயநிதி ஸ்டாலின் நடித்துள்ள கண்ணே கலைமானே வெளியாக இருந்த நிலையில் தமன்னா அத்திரைப்படம் பற்றி ஒரு பேட்டியில் கூறியது :

"இதில் பாரதி என்னும் வங்கி அதிகாரி கதாபாத்திரத்தில் நடித்துள்ளேன். படத்தின் கதையை கேட்ட உடனே உதயநிதியிடம் நீங்கள் இதில் நடிக்கிறீர்களா? என்று ஆச்சர்யமாக கேட்டேன்.

காரணம் படத்தில் அவருக்கு இணையாக இருக்கும் எனக்கும் வடிவுக்கரசி அம்மாவுக்கும் முக்கியத்துவம் இருக்கும். இது ஒரு காதல் கதை.

படம் பார்த்தேன். படத்தின எந்த காட்சியிலுமே உதயநிதியும் தமன்னாவும் தெரியவில்லை. கமலக் கண்ணனும் பாரதியும் தான் தெரிந்தார்கள்.

சில காட்சிகளில் நான் அழுது விட்டேன். படத்திற்குள் சின்ன சின்ன அரசியலும் இருக்கிறது. உலகின் எந்த மொழியிலும் சப் டைட்டில் இல்லாமலேயே இந்த படத்தை புரிந்து கொள்வார்கள்.

உதயநிதியை பார்க்கும்போது பொறாமையாக இருக்கும். எது நடந்தாலும் பார்ப்பதற்கு அப்பாவியாகவே தெரிவார்" என்று தமன்னா கூறினார்.

✺

24
சைக்கோ

இயக்குநர் மிஷ்கின் எழுதி இயக்கிய சைக்கோ 2020 ஆம் ஆண்டு தமிழில் வெளிவந்த உளவியல் அதிரடித் திரைப்படம்.

இயக்குநர் மிஷ்கின் உதயநிதி ஸ்டாலினை முக்கிய கதாபாத்திரத்தில் நடிக்க வைக்க முடிவு செய்தார்.

அருண்மொழி மாணிக்கத்தின் டபுள்மீனிங் புரடக்ஷன் கீழ் மிஷ்கின், அதிதிராவ் ஹைதாரி, நித்யா மேனன், இராஜ்குமார் பிச்சுமணி, மற்றும் ராம் ஆகிய நடிகர்களை இறுதி செய்தனர்.

அதே நேரத்தில் இயக்குனரின் முந்தைய படங்களான நந்தலாலா, மற்றும் ஒநாயும் ஆட்டுக்குட்டியும் ஆகியவற்றில் பணிபுரிந்த இசையமைப்பாளர் இளையராஜா படத்தின் இசை பணிகளை மேற்கொண்டார்.

படத்தின் படிப்பிடிப்பு 2018 செப்டம்பர் தொடக்கத்தில் தொடங்கியது. தன்வீர் மிர் ஒளிப்பதிவு செய்துள்ளார். இப்படம் 2020 ஜனவரி 24 அன்று உலகளவில் வெளியிடப்பட்டது.

புகழ்பெற்ற மர்மக்கதை இயக்குநர் ஆல்ஃப்ரட் ஹிட்ச்காக்கின் ‘சைக்கோ’ திரைப்படம். திகில் திரைப்படங்களில் ஒரு மைல் கல்லாகி குறிப்பிடப்படும் படம். அந்தப் படத்தில் லேசான சாய லோடு உருவாகியிருக்கிறது மிஷ்கினின் இந்த சைக்கோ.

கோயம்புத்தூரில பத்துக்கும் மேற்பட்ட பெண்கள் கடத்தி கொலை செய்யப்படுகிறார்கள் அவர்களது தலையில்லாத உடல்கள் மட்டுமே கிடைக்கின்றன. அந்தக் கொலைகாரனை (ராஜ்) பிடிக்க காவல் துறை துப்பு கிடைக்காமல் திணறிக் கொண்டிருக்கிறது.

இது ஒரு பக்கமிருக்க கண்தெரியாத இசைக்கலைஞரான கௌதம் (உதயநிதி) தாகினி (அதிதிராவ்) என்ற ரேடியோ ஆர்.ஜேவை ஒரு தலையாக காதலிக்கிறான்.

திடீரென தாகினியும் அந்த கொலைகாரனால் கடத்தப்படுகிறாள். காவல்துறை இந்த வழக்கிலும் திணற ஆரம்பிக்க, தானே களத்தில் இறங்கி கொலையாளியைத் தேட ஆரம்பிக்கிறான் கௌதம்.

அவனுக்குத் துணையாக காவல்துறை அதிகாரியான கமலா (நித்யா மேனன்) வருகிறாள். ஒரு வாரத்திற்குள் கொலையாளியைக் கண்டு பிடிக்காவிட்டால் அவன் தாகினியை கொன்று விடுவான் என்ற நிலையில் கௌதம் என்ன செய்கிறான் என்பது மீதிக்கதை.

படத்தின் துவக்கம் மிகச் சிறப்பாகவே இருக்கிறது. தொடர் கொலைகள் நடப்பது. கதாநாயகியே கொலைகாரனிடம் சிக்கிக் கொள்வது, கண் தெரியாத கதாநாயகன் தனக்கு கூடுதலாக இருக்கும் திறன்களை வைத்து துப்பறிய ஆரம்பிப்பது என விறுவிறுப் பாகவே நகர்கிறது படம்.

வாசனைகளை வைத்தும் கொலை செய்யப்பட்டவர்களின் வாகனங்கள் நிறுத்தப்பட்ட இடத்தை வைத்தும் கொலைகாரனை கதாநாயகன் மெல்ல மெல்ல நெருங்குவது போன்றவையெல்லாம் சுவாரஸ்யம.

ஒரு சைக்கோ கொலைக்காரனை வெறும் குற்றவாளியாக அல்லாமல் அவனை பாதிக்கப்பட்டவனாக மிஷ்கின் பார்க்கும் கோணம் பாராட்டுக்குரியது.

பள்ளி நாட்களில் தனக்கு ஏற்பட்ட கசப்பான துன்ப அனுபவங்களால் மனரீதியாக, பாதிக்கப்பட்டு சைக்கோவாக மாறிய அந்தக் கொலைக்காரன் கோயம்புத்தூரைச் சேர்ந்த பல பெண்களை கடத்திக் கொலை செய் கிறான்.

உண்மையில் பெரும்பாலான சைக்கோ கொலைகாரன் கதைகளின் கிளைமாக்ஸில் கொலைகாரன் பிடிபட்டதும் அவனுக்கு தண்டனை கொடுக்கப்படும். ஆனால் மிஷ்கினின் சைக்கோ திரைப்படம் அந்த டெம்ப்ளேட் பாணியை உடைத்து புதிய கிளைமாக்ஸ் ஒன்றை கொடுக்கிறது. அந்த க்ளைமாக்ஸ் ரசிகர்கள் நெகிழ்ச்சியுடன் ஏற்கும் படியாகவும் இருக்கிறது.

பேய் பிசாசு என்றாலே ரத்தம் குடிக்கும் பழிவாங்கத் துடிக்கும் ஒரு வடிவமாக பார்த்து வந்த சினிமா ரசிகர்களுக்கு பிசாசு படத்தின் மூலம் வேறொரு முகத்தை காட்டியிருப்பார் மிஷ்கின். அதே பாணியலான அணுகுமுறை தான் இந்த சைக்கோவுக்கும்.

படத்தில் உதயநிதி அலட்டிக் கொள்ளாமல் அழகாக ஸ்கோர் செய்திருக்கிறார். நித்யாமேனனுக்கு இதுவரை செய்திராத புதிய கதாபாத்திரம் கொடுக்கப்பட்டிருக்கிறது. அவர் அதனை சிறப்பாக செய்திருக்கிறார்.

இளையராஜாவின் இசையில் கபிலன் எழுதியிருக்கும் 'உன்ன நினச்சி நினச்சி உருகிப் போனேன் மெழுகா' பாடல் அனைவரையும் உருக வைக்கிறது. ஒளிப்பதிவாளர் தன்வீர்மிர் இரவுக் காட்சிகளில் செய்திருக்கும் லைட்டிங் ஸ்டைல் அட்டகாசம்.

படத்தின் இறுதியில் வரும் தாய் மடியில் பாடல் படம் இறுதியில் சொல்லவரும் அன்பின் அடர்த்தியை மெலிதாக்குகிறது. படத்தின் பெயரிலேயே சைக்கோ என சொல்லி விட்டார்கள். அதனால் படம் எப்படி இருக்கும் என்பதை யூகித்துக் கொள்ளலாம். அவ்வளவு ரத்தம்.

சைக்கோவின் தனிமையிடம் பார்க்கவே பயமூட்டுகிறது. அதற்கான ஒளியமைப்புகள் மேலும் கலவரப்படுத்துகின்றன. சைக்கோ கொலைகாரனாக ராஜ்குமார் பார்வையிலேயே பயமுறுத்துகிறார்.

✡

கண்ணை நம்பாதே

பிப்ரவரி 22 ஆம் தேதி சீனுராமசாமி இயக்கத்தில் வெளியாகும் கண்ணே கலைமானே படத்திற்கான எதிர்பார்ப்பு அதிகமாக இருந்த நிலையில் உதயநிதி ஸ்டாலினின் புதிய படமான 'கண்ணை நம்பாதே' பிப்ரவரி 4 ஆம் தேதி அன்று சம்பிரதாய எளிய சடங்குகளுடன் துவங்கியது.

சஸ்பென்ஸ் க்ரைம் த்ரில்லர் படமான இந்தப் படத்தை 'இரவுக்கு ஆயிரம் கண்கள்' படத்தை இயக்கிய மு.மாறன் இயக்குகிறார். ப.ல.ரஞ்சித்குமார் படத்தை தயாரிக்கிறார்.

இயக்குநர் மு.மாறன் சஸ்பென்ஸ் திரில்லர் வகையில் தனது முதல் படமான 'இரவுக்கு ஆயிரம் கண்கள்' படத்திலேயே தனது திறமைகளை காட்டியிருந்தார். தற்போது அதே வகையில் இந்தப் படத்தில் க்ரைம் விசயங்களையும் சேர்த்திருக்கிறார்.

'என் முதல் படமான இரவுக்கு ஆயிரம் கண்கள்' ஆரம்பித்தபோது பார்வையாளர்கள் நல்ல கதைகளை ஆதரிப்பார்கள் என்ற குருட்டு நம்பிக்கையில் கதையை எழுதினேன்.

இருப்பினும் என் எதிர்பார்ப்புகளை மீறி ரசிகர்கள் படத்தை வரவேற்ற விதம் எனக்கு மிகவும் மகிழ்ச்சியளிக்கிறது. அதுதான் 'கண்ணை நம்பாதே' படத்தை எழுத என்னை தூண்டியது.

உதயநிதி ஸ்டாலின் சார் ஸ்கிரிப்டை கேட்டு விட்டு உடனடியாக படத்தை ஒப்புக் கொண்டார். நிச்சயமாக அவர் இப்போது மிகப் பெரிய உயரத்தில் உள்ள நடிகர்.

அவரிடம் தனித்துவமான கதைகளை ரசிகர்கள் எதிர்பார்க் கிறார்கள். இது படத்தை சிறப்பாக கொடுக்க வேண்டும் என எனக்கு மிகவும் கூடுதல் பொறுப்பைக் கொடுத்திருக்கிறது.

புது ஐடியாக்களை திறந்த மனதுடன் வரவேற்று என் கதையை ஏற்றுக் கொண்ட தயாரிப்பாளர் வி.என். ரஞ்சித்குமாருக்கு நான் நன்றிக் கடன்பட்டிருக்கிறேன்.

முதல் படத்துக்கும் கண்ணை நம்பாதே படத்துக்கும் சஸ்பென்ஸ் மற்றும் திரில்லர் கூறுகள் என்பது வேண்டுமானால் பொதுவான விசயமாக இருக்கலாம். ஆனால் க்ரைம் விசயங்கள் கலந்த இந்தக் களம் புதியது வித்தியாசமானது என்றார் இயக்குநர் மு.மாறன்.

தயாரிப்பாளர் வி.என். ரஞ்சித்குமார் கூறும்போது 'மு.மாறன் ஸ்கிரிப்டை விவரிக்க ஆரம்பித்தபோது இறுதி அத்தியாயத்தில் என்ன நடக்கும் என்பதை அறிந்து கொள்ள நான் மிக ஆர்வமாக இருந்தேன்.

அவரது கதை சொல்லும் திறமை மிகவும் அபாரமாக இருந்தது. இது நிச்சயமாக அனைவருக்கும் ஒரு சிறந்த படமாக இருக்கும்.

இந்தப் படத்தில் ஒரு அங்கமாக இருப்பதற்கு உதயநிதி ஸ்டாலின் சார் ஒப்புக் கொண்டதை எண்ணி மகிழ்ச்சிடைகிறேன். அவரது திரைவாழ்வில் இது ஒரு குறிப்பிடத்தக்க படமாக நிற்கும்' என்றார்.

உதயநிதி ஸ்டாலின், ஆத்மிகா பிரதான கதாபாத்திரங்களில் நடிக்க, சாம் சி.எஸ் இசையமைக்க, ஸ்ரீதர் ஒளிப்பதிவு செய்ய ஷான் லோகேஷ் எடிட்டிங் செய்ய எல்லோரும் எதிர்பார்த்துக் கொண்டி ருக்கும் திரைப்படம் இது.

'கண்ணே கலைமானே' படத்தை அடுத்து உதயநிதி ஸ்டாலின் நடிக்கும் புதிய படமான 'கண்ணை நம்பாதே' திரைப்படம் பிப்ரவரி 4 ஆம் தேதி அன்று பூஜையுடன் தொடங்கியது.

இந்தப் படத்தை வி.என்.ரஞ்சித்குமார் தயாரிக்கிறார். படத்தில் உதயநிதி ஸ்டாலின் ஜோடியாக ஆத்மிகா நடிக்கிறார்.

காமெடி நடிகர் சதீஷ் ஒரு முக்கிய கதாபாத்திரத்தில் நடிக்கிறார். மற்ற நடிகர்கள் தொழில்நுட்ப கலைஞர்கள் தேர்வாகி வருகிறார்கள்.

சாம் சி.எஸ். இசையமைக்க, ஸ்ரீதர் ஒளிப்பதிவு செய்ய, ஷான் லோகேஷ் படத்தொகுப்பு பணியினை கவனிக்கிறார்.

சஸ்பென்ஸ் கிரைம் திரில்லர் கலந்து உருவாகும் இந்தப் படத்தை 'இரவுக்கு ஆயிரம் கண்கள்' படத்தை இயக்கிய மு.மாறன் இயக்கு கிறார்.

✲

26

புதுச்சேரி படப்பிடிப்பில் உதயநிதி

சேப்பாக்கம் தொகுதி எம்.எல்.ஏ உதயநிதி ஸ்டாலின் மகிழ் திருமேனி இயக்கத்தில் ஒரு படத்தில் நடித்து வருகிறார்.

சென்னையில் பலகட்ட படப்பிடிப்பு நடந்தது. இந்நிலையில் உதயநிதி ஸ்டாலின் மக்கள் பணியில் பிசியாகி விட்டதால் தொடர்ந்து படப்பிடிப்பில் கலந்து கொள்ள முடியவில்லை. இதை யடுத்து படப்பிடிப்பை நிறுத்தி வைத்திருந்தார்கள்.

இந்நிலையில் மீண்டும் படப்பிடிப்பு தளத்திற்கு திரும்பியுள்ளார் உதயநிதி. படப்பிடிப்பு தற்போது புதுச்சேரியில் நடந்து வருகிறது.

எழுபது சதவீத காட்சிகளை படமாக்கி விட்டனர். உதயநிதி ஸ்டாலின் ஆர்டிகிள் 15 ரீமேக் ஷூட்டிங்கை மீண்டும் தொடர்வ தற்குள் மீதமுள்ள காட்சிகளை படமாக்க முடிவு செய்துள்ளார் மகிழ் திருமேனி.

இந்த படத்தில் உதயநிதி ஸ்டாலினுக்கு ஜோடியாக நிதி அகர்வால் நடித்து வருகிறார். சிம்புவின் ஈஸ்வரன், ஜெயம்ரவியின் பூமி படங்கள் மூலம் தமிழ் திரையுலகிற்கு வந்தவர் நிதி அகர்வால்.

ஆக்ஷன் திரில்லராக உருவாகி வரும் இந்த படத்திற்கு ஆரோல் கரோலி இசையமைக்கிறார். படத்தில் நடிப்பதுடன் தனது ரெட் ஜெயின்ட் மூவீஸ் நிறுவனம் மூலம் தயாரிக்கிறார் உதயநிதி.

உதயநிதி ஸ்டாலின் நடிப்பில் கடைசியாக வெளியான படம் சைக்கோ. மிஷ்கின் இயக்கிய அந்த படத்தில் உதயநிதி பார்வை யில்லாதவராக நடித்ததைப் பார்த்து ரசிகர்கள் மிரண்டு விட்டனர் என்பது குறிப்பிடத்தக்கது.

☼

27

மாமன்னன்

இயக்குநர் மாரி செல்வராஜ் இயக்கத்தில் உதயநிதி ஸ்டாலின் முன்னணி கதாபாத்திரத்தில் நடிக்கும் திரைப்படம் மாமன்னன்.

இப்படத்தின் நாயகன் உதயநிதி ஸ்டாலின் தனது ரெட் ஜெயின்ட் மூவிஸ் தயாரிப்பு நிறுவனம் மூலம் இப்படத்தினைத் தயாரிக்க, இசையமைப்பாளர் ஏ.ஆர். ரஹ்மான் இசையமைத்துள்ளார்.

ஒரு அழுத்தமான கருத்துக்கள் உள்ளடக்கிய ஒரு ஜனரஞ்சகமான படமாக உருவாகும் இப்படத்திற்கு ஒளிப்பதிவாளர் தேனி ஈஸ்வர் செல்வா ஆர்.கே. எடிட்டிங் செய்துள்ளார்.

இப்படத்தில் கீர்த்தி சுரேஷ், வடிவேலு, பஹத் பாசில் என பல முன்னணி முக்கிய நடிகர்கள் நடித்துள்ளனர்.

இப்படத்தினைப் பற்றி அதிகாரபூர்வ அறிவிப்பு, இத்திரைப் படத்தின் ஃபர்ஸ்ட் லுக் போஸ்டர் உடன் 2022 மார்ச் 4 இல் இணையத்தில் வெளியானது.

☼

28

நெஞ்சுக்கு நீதி

தாழ்த்தப்பட்ட சமூகத்தைச் சேர்ந்த மூன்று சிறுமிகள் முப்பது ரூபாய் கூலியை உயர்த்த சொல்லி கேட்டதற்கு அவர்கள் மூவரும் கூட்டு பலாத்காரம் செய்யப்படுகின்றனர். இரு சிறுமிகள் மரத்தில் தூக்கிலிடப்படுகின்றனர்.

உயர்ந்த சாதியாக நினைத்துக் கொண்டு தலித் மக்களை ஆட்டு விக்கும் கூட்டம், எப்படி இவர்கள் உரிமைகளைப் பெற நினைக்க லாம் என ஒடுக்க நினைக்கும் சாதிய ஆணவத்தை ஆரம்பத்திலேயே படம் எடுத்துரைக்கும்.

அதில் ஒரு சிறுமி மட்டும் மிஸ்ஸிங். அந்த கிராமத்திற்கு கூடுதல் காவல் ஆணையராக வரும் உதயநிதி ஸ்டாலின் ஆணவக் கொலை என முடிக்க நினைக்கும் இந்த வழக்கை எப்படி விசாரிக்கிறார், மூன்றாவது சிறுமிக்கு என்ன ஆனது என்பதுதான் இந்த படத்தின் கதை.

இத்திரைப்படம் ஹிந்தி சினிமாவில் வெளியாகி மிகப்பெரிய புகழ் பெற்ற 'ஆர்டிகிள் 15' திரைப்படத்தின் தமிழ் ரீமேக் திரைப்படம் ஆகும்.

நெஞ்சுக்கு நீதி இயக்குநர் அருண்ராஜா காமராஜ் இயக்கத்தில் நடிகர் உதயநிதி ஸ்டாலின் முன்னணி கதாபாத்திரத்தில் நடித்துள்ளார்.

இத்திரைப்படத்தில் சுரேஷ் சக்கரவர்த்தி, ஆரி, இளவரசு, தன்யா ரவிச்சந்திரன், ஷிவானி ராஜசேகர் என தமிழ் திரைப்பட நட்சத்திரங்கள் பலர் நடித்துள்ளனர்.

இப்படத்தினை தயாரிப்பாளர் போனி கபூர் தயாரிக்க, உதயநிதி ஸ்டாலின் தனது ரெட்ஜெயன்ட் மூவிஸ் நிறுவனம் மூலம் உலகம் முழுவதும் விநியோகம் செய்துள்ளார்.

இப்படத்திற்கு இசையமைப்பாளர் திபு நின்னான் தாமஸ் இசை யமைத்துள்ளார்.

சமூக கருத்துக்கள் உள்ளடக்கிய ஒரு ஜனரஞ்சகமான படமாக உருவாகியுள்ள இப்படத்திற்கு ஒளிப்பதிவாளர் தினேஷ் கிருஷ்ணன் ஒளிப்பதிவு செய்ய, படத் தொகுப்பாளர் ரூபன் எடிட்டிங் செய்துள்ளார்.

✧

29

41 வயதில் இளைஞரணிச் செயலாளர்

தி.மு.க.வின் இளைஞரணிச் செயலாளராக 1984 இல் ஸ்டாலினிடம் ஒப்படைக்கப்பட்ட இந்த பொறுப்பு 35 வருடங்கள் கழித்து அவரது மகன் உதயநிதி ஸ்டாலினிடம் வந்திருக்கிறது.

அப்போது 31 வயதில் ஸ்டாலின் இளைஞரணிச் செயலாளர் ஆனார். ஆனால் இப்போது 41 வயதில் உதயநிதி அந்தப் பொறுப்பை ஏற்றிருக்கிறார்.

லயோலா கல்லூரியில் பி.காம் படித்துக் கொண்டிருந்தபோது கல்லூரியில் சேர்மன் பதவிக்கு போட்டியிட உதயநிதிக்கு வாய்ப்பு வந்தது. அப்போது அதில் ஈடுபாடு காட்டாத உதயநிதி தனது நண்பனை நிறுத்தி வெற்றி பெறச் செய்தார்.

U.S.ல் எம்.பி.ஏ படித்து முடித்து வந்ததும் சென்னையில் அதுவரை இல்லாத புதுமையான தொழிலைத் தொடங்க வேண்டும் என்பதற் காக பவுலிங் சென்டர் துவங்கினார்.

கல்லூரி படிக்கும் போதிருந்து காதலித்து வந்த கிருத்திகாவை இரு வீட்டார் சம்மதத்துடன் திருமணம் செய்து கொண்டார்.

தமிழ் சினிமாவில் எனக்கு பிடிச்ச ஹீரோ விஜய். நான் படம் தயாரிச்சா அவரை வச்சு தான் முதல் படம் எடுப்பேன் என்று சொல்லி 2008 இல் குருவி படத்தை தயாரித்தார் உதயநிதி.

2012 இல் உதயநிதியிடம் உங்களை இளைஞர் அணிச் செயலாள ராக ஆக்கப் போவதாக கூறப்படுகிறதே என கேட்கப்பட்ட போது 'அப்படி ஒரு சூழ்நிலை வந்தால் நிச்சயம் ஏற்க மாட்டேன்' என்று கூறினார்.

கலைஞர் மு.க.ஸ்டாலினை தி.மு.க செயல் தலைவராக முன் மொழிந்தபோது ஒரு பேட்டியில் என்னைக் கூட இளைஞர் அணித் தலைவர்னு சொன்னாங்க அதைக் கேட்டா சிரிப்புதான் வந்துச்சு கட்சிக்காக உழைச்ச எத்தனையோ பேர் இருக்காங்க. அவங் களுக்குத்தான் பதவிகள் போகணும்.....போகும் என்றார்.

ஆனால் காலம் உதயநிதியை என்னவாக மாற்றும் என்று அவர் கற்பனை செய்து கூட பார்க்கவில்லை.

அரசியலை ஆரம்பத்தில் விரும்பாத உதயநிதியை காலம் கயிறு போட்டு இழுத்து வந்துவிட்டது. தி.மு.க.வின் கிராம சபை கூட்டங்களில் பங்கேற்றார்.

'இந்த கான்சப்ட் என்னைப் பார்த்து காப்பியடிக்கிறாங்க' என்று சொன்ன கமலையும் அறியாமையில் புலம்புகிறார் என்று முந்தைய கிராம சபைக் கூட்டங்களின் புகைப்படங்களைக் காட்டி விமர் சித்தார் உதயநிதி.

கடந்த 2019 மக்களவைத் தேர்தலில் தி.மு.க வேட்பாளர்களுக்கு ஆதரவாக பிரசாரம் செய்தார் அன்புமணி பேசியதை குறும்படமாக போட்டுக் காட்டியது, தமிழச்சியை அழகான வேட்பாளர் என்று வர்ணித்தது என இவரது பிரச்சாரம் வெகு மக்களை கவரும் வண்ணம் இருந்தது.

2019 மக்களவைத் தேர்தலில் தி.மு.க கூட்டணியை ஒட்டுமொத்த மாக வெற்றி பெறச் செய்ததில் உதயநிதியின் பங்களிப்பு மகத்தான தாக கருதப்பட்டது. ஜுலை 4, 2019 இல் தி.மு.க.வின் இளைஞரணிச் செயலாளராக நியமிக்கப்பட்டார் உதயநிதி.

☼

30
நாடாளுமன்றத் தேர்தலில் பிரச்சாரம்

சினிமாவில் ஆர்வமாக நடித்து வந்த உதயநிதி ஸ்டாலின் 2018 மார்ச் மாதம் தீவிர அரசியலில் ஈடுபட உள்ளதாக அறிவித்தார்.

2019 இல் நடைபெற்ற நாடாளுமன்றத் தேர்தலிலும் தமிழக சட்ட சபையின் 22 தொகுதிகளுக்கான இடைத் தேர்தல்களிலும் திராவிட முன்னேற்றக் கழகத்திற்கும், அதன் கூட்டணி கட்சிகளுக்குமான தேர்தல் பிரச்சாரத்தில் ஈடுபட்டார்.

இந்த பிரச்சாரத்தில் உதயநிதி வழக்கமான அரசியல் தலைவர்களைப் போல அல்லாமல் வெகு சாதாரணமாக பொதுமக்களிடம் பேசினார். மோடி அரசையும், எடப்பாடி தலைமையிலான அ.தி.மு.க. அரசையும் பிரச்சாரத்தில் கடுமையாக விமர்சித்தார்.

நாடாளுமன்றத் தேர்தலில் தேனி ஒன்றைத் தவிர அத்தனை இடங்களிலும் தி.மு.க. கூட்டணி மாபெரும் வெற்றி பெற்றது. தி.மு.க கூட்டணியின் வெற்றிக்கு உதயநிதியின் பிரச்சாரமும் ஒரு காரணம் என்று அப்போது பேசப்பட்டது.

தமிழகம் மற்றும் புதுவையில் உள்ள 40 மக்களவைத் தொகுதி களுக்கும், தமிழகத்தில் காலியாக இருக்கும் 18 சட்டசபை தொகுதி

களுக்கும் வரும் ஏப்ரல் 18 ஆம் தேதி ஒரே கட்டமாக தேர்தல் நடத்தப்படும் நிலையில், தி.மு.க தலைமையிலான மதச் சார்பற்ற முற்போக்கு கூட்டணி உருவாகியுள்ளது.

இந்த கூட்டணியில் காங்கிரஸ், மார்க்சிஸ்ட் கம்யூனிஸ்ட், இந்திய கம்யூனிஸ்ட், விடுதலை சிறுத்தைகள், ம.தி.மு.க, இந்திய யூனியன் முஸ்லீம் லீக், கொமதேக, ஐஜேகே உள்ளிட்ட கட்சிகளும் பங்கேற்றுள்ளன.

தமிழச்சி தங்க பாண்டியனுக்கு ஆதரவாக தென் சென்னை பகுதியில் பிரச்சாரத்தில் ஈடுபட்ட உதயநிதி ஸ்டாலின் தொண்டர்கள் மத்தியில் பேசும்போது தொண்டர்களின் எழுச்சியை பார்க்கும்போது தமிழச்சியின் வெற்றி உறுதியாகியது.

'ஒரு அழகான வேட்பாளரை பிரதிநிதியாக அனுப்ப தவறி விடாதீர்கள். நான் அழகு என்று அவரது தோற்றத்தை சொல்ல வில்லை. தமிழ் மீது அவள் கொண்ட பற்று, மக்களுக்கு சேவை செய்ய வேண்டும் என்ற கொள்கை என்பதையே அழகு என்று சொல்கிறேன்' என்று அவர் கூறினார்.

31

தி.மு.க பொதுக்குழுவில் உதயநிதி அடித்த சிக்ஸர்

தி.மு.க. பொதுக்குழு வரலாற்றில முதல்முறையாக அக்கட்சியின் இளைஞர் அணி செயலாளர் உதயநிதி ஸ்டாலின் ஆற்றிய உரை அனைவரையும கவரும் விதமாக எழுச்சியினையும், நெகிழ்ச்சியினையும் ஏற்படுத்தியது என்றால் மிகையில்லை.

பொதுக்குழுவில் பேசுவதற்கு தமக்கு வாய்ப்பு பெற்று தந்ததற்காக தி.மு.க. பொதுச் செயலாளர் துரைமுருகனுக்கு அவர் நன்றி தெரிவித்துக் கொண்டார்.

மேலும் துரைமுருகன், டி.ஆர். பாலு ஆகிய இருவரையும் வாழ்த்தும் வயது தமக்கு இல்லை என்றும் இளைஞரணிக்கு அவர்கள் இடும் கட்டளையை ஏற்று செயல்படத் தயார் எனவும் உதயநிதி ஸ்டாலின் தெரிவித்தார்.

தி.மு.க பொதுச் செயலாளராக துரைமுருகனும் பொருளாளராக டி.ஆர்.பாலுவும் தேர்வு செய்யப்பட்டதை அடுத்து அவர்கள் இருவரையும் வாழ்த்தி பேச முக்கிய நிர்வாகிகளுக்கு மட்டும் வாய்ப்பு தரப்பட்டது. அந்த வகையில் இளைஞரணிச் செயலாளர் என்பதால் உதயநிதியை வாழ்த்துரை வழங்குமாறு மு.க.ஸ்டாலின் அழைத்தார்.

அப்போது பேசிய அவர் அன்பு மாமா துரைமுருகன், அன்பு மாமா டி.ஆர்.பாலு என தனது உரையில் குறிப்பிட்டு அவர்கள் இருவரையும் உள்ளம் நெகிழச் செய்தார்.

தி.மு.க இளைஞரணியை பொதுச் செயலாளர் துரைமுருகன் மறந்து விடக்கூடாது என்றும் பொதுச் செயலாளர் இடும் கட்டளையை ஏற்று செயல்பட தி.மு.க இளைஞரணி எப்போதும் தயாராக உள்ள தாகவும் தெரிவித்தார்.

மேலும் மூத்தவர்களான துரைமுருகனையும், பாலுவையும் வாழ்த்தும் அளவுக்கு தமக்கு வயதில்லை என அடக்கத்தை வெளிப்படுத்தினார்.

கோபாலபுரததில் நிகழ்ந்த பழைய நினைவுகள் பற்றி உதயநிதி பேசிய போது டி.ஆர்.பாலு மிக உன்னிப்பாக கவனித்து சிரித்த முகத்துடன் காணப்பட்டார்.

ஜூம் செயலியை யார் கண்டுபிடித்தார்களோ அவர்கள் உண்மையி லேயே மு.க.ஸ்டாலினுக்கு தான் ராயல்டி தர வேண்டும் என்றும் அந்த அளவிற்கு அந்த செயலி மூலம் நூற்றுக்கணக்கான நிர்வாகிகள் சந்திப்பை நடத்தி ஆயிரக்கணக்கானவர்களுடன் பேசியுள்ளதாக தெரிவித்தார்.

தி.மு.க பொதுக்குழு வரலாற்றில் முதல் முறையாக மைக் பிடித்த தால் தொடக்கத்தில் பதற்றத்துடன் பேசத் தொடங்கிய அவர் பேச்சின் இறுதியில் சிக்ஸர் அடித்துச் சென்றார்.

'நாங்களும் இருக்கிறோம் இளைஞரணியை மறந்து விட வேண் டாம்' என துரைமுருகன் பார்த்து சிரித்தவாறே உதயநிதி பேசியதன் அர்த்தம் வரும் சட்டமன்ற தேர்தலில் இளைஞரணியினருக்கும் இளைஞர்களுக்கும் போதிய வாய்ப்பு தரப்பட வேண்டும் என்பது தான்.

வேட்பாளர் தேர்வின் பொதுச் செயலாளர் என்ற முறையில் பிரதான இடத்தில் துரைமுருகன் அமருவார் என்பதை அறிந்து அப்போதே தமது அணியினருக்காக சூசக முறையில் உதயநிதி ஸ்டாலின் கோரிக்கை வைத்தார்.

✡

சினிமாவிலிருந்து சட்டமன்றத்திற்கு

தமிழ் சினிமாவுக்கும் தமிழக அரசியலுக்குமான தொடர்பை இந்த சட்டமன்ற தேர்தல் மிக சீரியஸான பரிசீலனைக்கு உட்படுத்தியிருக்கிறது.

தமிழக அரசியலுக்கும தமிழ் சினிமாவுக்குமான தொடர்பு நீண்ட நெடிய வரலாறு.

திரையுலகிலிருந்து முதலமைச்சர்கள் உருவான மாநிலம் தமிழகம். தமிழர்கள் சினிமா கவர்ச்சியில் அரசியலை இழக்கிறார்கள் என்ற குற்றச்சாட்டும் இதனால் ஏற்பட்டிருப்பதை மறுக்க முடியாது.

தங்கள் அரசியல் கனவுக்கான பாதையாக சினிமாவை பயன்படுத்து கின்றனர் என்ற விமர்சனம் திரையுலகின் முன்னணி நடிகர்கள் மீது உள்ளது.

இந்தப் பின்னணியில் தான் கணிசமான அளவில் திரைத்துறையினர் இந்தத் தேர்தலில் போட்டியிட்டனர்.

மக்கள் நீதி மய்யம் கட்சித்தலைவர் கமல்ஹாசன் தொடங்கி நடிகை குஷ்பு, ஸ்ரீபிரியா, நகைச்சுவை நடிகர் மயில்சாமி என்று

கட்சி சார்பிலும் சுயேட்சையாகவும் இந்தத் தேர்தலில் களம் கண்ட திரையுலகினர் பட்டியல் நீளமானது.

ஆனால் திரையுலகில் பின்னணி கொண்டவர்களில் இறுதியில் வெற்றி பெற்றது தி.மு.க.வின் உதயநிதி ஸ்டாலின் மட்டுமே.

இது ஒருபுறம் இருக்க தமிழக அரசியல் வரலாற்றில் இதுவரை நடந்த தேர்தல்களில் வெற்றி பெற்று சட்டமன்ற உறுப்பினராகத் தேர்வாகி விட்ட பிறகும் நடிகர்கள் திரைப்படங்களில் நடித்து வந்ததும் ஒரு தனி வரலாறாக இருந்து வருகிறது.

தமிழ்நாடு சட்டமன்றத்துக்குள் சினிமா துறையிலிருந்து முதன் முறையாக நுழைந்தவர் பாடகியும் நடிகையுமான கே.பி.சுந்தராம் பாள். 1957ல் முதலமைச்சராக காமராஜர் இருந்தபோது தமிழக சட்ட மேலவை உறுப்பினராக சுந்தராம்பாள் நியமிக்கப்பட்டார்.

லட்சிய நடிகர் என்று அழைக்கப்பட்ட என்.எஸ்.ராஜேந்திரன் மக்களால் தேர்ந்தெடுக்கப்பட்டு சட்டமன்றத்துக்கு சென்ற முதல் நடிகர் ஆவார்.

1957 தேர்தலில் தேனி தொகுதியில் போட்டியிட்டு வெற்றி வாய்ப்பை இழந்த எஸ்.எஸ்.ஆர் 1962 தேர்தலில் அதே தேனி தொகுதியில் வெற்றி பெற்று தி.மு.க சட்டமன்ற உறுப்பினராக நுழைந்தார்.

சட்டமன்ற உறுப்பினர் ஆகிவிட்ட பிறகும் எஸ்.எஸ்.ஆர் தொடர்ந்து படங்களில் நடித்து வந்தார். 1962 முதல் 1967 வரையிலான கால கட்டத்தில் இவர் நடித்திருந்த படங்களின் எண்ணிக்கை 33.

இவருக்குப் பின் தமிழ்த் திரையுலகிலிருந்து தமிழக அரசியலுக்குள் நுழைந்தவர்களில் அந்தக் காலகட்டத்தில் குறிப்பிடத்தக்கவர் தமிழக அரசியலின் போக்கையே மாற்றி தவிர்க்க முடியாத சக்தியாக உருவெடுத்தவர் எம்.ஜி.ராமச்சந்திரன்.

1967 தேர்தலில் பரங்கிமலை தொகுதியில் போட்டியிட்டு முதன் முறையாக சட்டமன்றத்துக்குள் நுழைந்த எம்.ஜி.ஆர் 1967 முதல் 1971 வரையிலான அந்த காலகட்டத்தல் விவசாயி, காவல்காரன்,

அரச கட்டளை, அடிமைப்பெண், ரிக்ஷாகாரன் உள்ளிட்ட 23 படங்களில் நடித்தார்.

மூன்றாவது முறையாக மீண்டும் 1977ல் சட்டமன்றத்துக்கு தேர்ந்தெடுக்கப்பட்டபோது அ.தி.மு.க ஆட்சியைக் கைப்பற்றியிருந்தது.

அப்போது நவரத்தினம் இன்று போல் என்றும் வாழ்க, மதுரையை மீட்ட சுந்தரபாண்டியன் ஆகிய படங்களில் நடித்திருந்த நிலையில் முதலமைச்சராக அவர் பொறுப்பேற்க வேண்டியிருந்ததால் அத்துடன் திரைப்படங்களில் நடிப்பதை நிறுத்தினார்.

நவீன காலகட்டத்தில் திரையுலகிலிருந்து அரசியலுக்கு வந்தவர்களில் குறிப்பிடத்தக்கவர் விஜய்காந்த்.

தே.மு.தி.க கட்சியைத் தொடங்கி தான் சந்தித்த முதல் தேர்தலில் விருதாச்சலம் தொகுதியில் போட்டியிட்டு வெற்றி பெற்றார்.

அரசியிலில் ஈடுபடத் தொடங்கிய போதும் திரைப்படங்களில் நடித்து வந்த விஜய்காந்த் சட்டமன்ற உறுப்பினர் ஆன பிறகும் ஒரு நடிகராக தொடர்ந்து நடித்து வந்தார்.

2006 முதல் 2011 காலகட்டத்தில் பேரரசு, தர்மபுரி, சபரி, அரசாங்கம், மரியாதை, எங்கள் ஆசான், விருதகிரி ஆகிய படங்களில் நடித்து வந்தார். 2011 தேர்தலில் ரிஷிவந்தியம் தொகுதியில் போட்டியிட்டு வெற்றி பெற்ற விஜயகாந்த் சட்டமன்றத்தில் தே.மு.தி.க எதிர்க்கட்சியாக உருவெடுத்திருந்த நிலையில் திரைப் படங்களில் நடிப்பது நின்று போனது.

மேலும் நடிகர்கள் ஐசரிவேலன், டி.ராஜேந்தர், ராமராஜன், வாகை சந்திரசேகர், ராதாரவி, சரத்குமார், நெப்போலியன், எஸ்.வி.சேகர், கருணாஸ் போன்றபரும் சட்டமன்ற நாடாளுமன்ற உறுப்பினர்களாகத் தேர்ந்தெடுக்கபபட்ட பிறகு தொடர்ந்து திரைப்படங்களில் நடித்து வந்தனர்.

இந்தப் பின்னணியில் தான் நடந்து முடிந்த சட்டப் பேரவைத் தேர்தலில் சேப்பாக்கம் திருவல்லிக்கேணி தொகுதியில் போட்டி

யிட்ட தி.மு.க இளைஞர் அணிச்செயலாளர் உதயநிதி ஸ்டாலின் வெற்றி பெற்றுள்ளார்.

சினிமா தயாரிப்பாளராகவும் விநியோகஸ்தராகவும் ஆரம்பத்தில் இயங்கி வந்த உதயநிதி 2012 இல் ஒரு கல் ஒரு கண்ணாடி படம் மூலம் நடிகராக அறிமுகமானார்.

தொடர்ந்து இது 'கதிர்வேலன் காதல்', 'நண்பேன்டா', 'கெத்து', 'மனிதன்' உள்ளிட்ட பத்துக்கும் மேற்பட்ட படங்களில் உதயநிதி கதாநாயகனாக நடித்தார்.

இவரது நடிப்பில் கடைசியாக 2020ல் வெளியான படம் 'சைக்கோ' அதன் பிறகு தீவிர அரசியலில் இறங்கிய உதயநிதி இன்று சட்டமன்ற உறுப்பினராக தேர்ந்தெடுக்கப்பட்டிருக்கிறார்.

'கண்ணை நம்பாதே', 'ஏஞ்சல்' ஆகிய படங்களில் தற்போது நடித்து வரும் உதயநிதி இந்தி திரைப்படமான 'ஆர்ட்டிகிள் 15'ன் தமிழ் ரீமேக்கிலும் நடிக்க ஒப்பந்தம் ஆகியிருந்தார்.

தேர்தலில் போட்டியிட்டு வெற்றி பெறும் நடிகர் ஒருவர் தொடர்ந்து திரைப்படங்களில் நடிக்கக் கூடாது என்று எந்தக் கட்டுப்பாடுகளும் இல்லை.

மருத்துவர் வழக்கறிஞர் என சட்டப் பேரவைக்கு தேர்ந்தெடுக்கப் பட்ட ஒருவர் தங்கள் தொழிலைத் தொடர்ந்து மேற்கொள்வதற்கு சட்ட ரீதியாக எந்த தடையும் நிபந்தனையும் கிடையாது என்கின்றனர் வழக்கறிஞர்கள்.

✧

33
எடப்பாடி தொகுதியில் பிரச்சாரம்

எடப்பாடி தொகுதியில் தேர்தல் பிரச்சாரத்தில் ஈடுபட்ட தி.மு.க இளைஞர் அணி செயலாளர் உதயநிதி ஸ்டாலினிடம், 'உதயசூரியனுக்கு ஓட்டு நாங்க போட்டு விடுவோம். ஆனா வாக்குப் பெட்டியை மாற்றி விடாமல் நீங்கள் பார்த்துக் கொள்ளுங்கள் என்று ஒரு மூதாட்டி எச்சரித்துப் பேசினார்.'

சேலம் மாவட்டம் எடப்பாடியில் தி.மு.க இளைஞர் அணி செயலாளர் உதயநிதி ஸ்டாலின் தி.மு.க வேட்பாளர் சம்பத் குமாருக்கு வாக்கு சேகரித்துப் பேசினார். அப்போது உதயநிதி பேசுகையில்,

"திரு. பழனிசாமியையும், மோடியையும் கடந்த நாடாளுமன்ற தேர்தலில் புறக்கணித்தீர்கள். முதலமைச்சரின் சொந்த கிராமமான நெடுங்குளம் ஊராட்சியிலேயே தி.மு.க 200 வாக்குகள் கூடுதலாக கொடுத்தீர்கள்.

தி.மு.கவின் வெற்றியை இந்தியாவே திரும்பி பார்த்தது. இப்போதும் நீங்கள் தி.மு.க.விற்கு வாக்களிப்பீர்கள். அது மட்டுமே போதாது.

நீங்கள் பிரச்சாரம் செய்து சம்பத் குமாரை வெற்றி பெறச் செய்ய வேண்டும்.

பணமதிப்பிழப்பு அறிவிப்பின்போது ஏ.டி.எம் வாசலில் பலர் இறந்ததை மறந்து விடக்கூடாது. விரைவில் ஜெயிலுக்கு போக விருக்கும் எடப்பாடி பழனிசாமிக்கு வாக்களித்து விடாதீர்கள்.

நீட் தேர்வு வேண்டாம் என பல மாணவர்கள் உயிரிழந்தார்கள். தூத்துக்குடி போராட்டத்தில் பங்கேற்ற 13 பேரை காவல்துறை மூலம் சுட்டுக் கொன்றார்கள். இதை டி.வி பார்த்து தெரிந்து கொண்டேன் என முதலமைச்சர் சொன்னார்.

எடப்பாடியில் தி.மு.க வேட்பாளர் சம்பத்குமார் வெற்றி பெற்ற செய்தியை டிவி பார்த்து பழனிச்சாமி தெரிந்து கொள்ள போகிறார்.

சாத்தான்குளத்தில் இரண்டு பேரை போலீஸ் லாக்கப்பில் அடித்து உயிரிழந்தார்கள். உடல்நலம் பாதித்து இறந்ததாக விசாரணைக்கு முன்பே முதலமைச்சர் சொல்கிறார்.

கொரானாவில் ஊழல், துடப்பம் வாங்கியதில் ஊழல், இந்திய குடியுரிமை சட்டத்தால் யாருக்கும் பாதிப்பில்லை என்று சொல்லி விட்டு இப்போது அ.தி.மு.க தேர்தல் அறிக்கையில் சிஏஏ தேவை யற்றது என்கிறார்கள்.

எய்ம்ஸ் மருத்துவமனை காணவில்லை என தேடிக் கொண்டிருக் கிறார்கள். பா.ஜ.க.வைச் சார்ந்த ஒருவர் என் மீது வழக்கு தொடுத் திருக்கிறார்.

மோடியின் அடிமை எடப்பாடி பழனிச்சாமி தனது சுயநலத்திற்காக ஒட்டு மொத்த தமிழகத்தின் மானத்தை உரிமைகளை அடமானம் வைத்து விட்டார் பழனிசாமி..'' என்று உதயநிதி ஸ்டாலின் பேசினார்.

✧

34

நம்பிக்கையூட்டும் இளைய திராவிட சூரியன்

திரைப்பட தயாரிப்பாளர், நடிகர், தி.மு.க.வின் அடுத்த அரசியல் வாரிசு என பல பிம்பங்களைத் தாண்டி தற்போது மக்களின் பிரச்சனைகளை பேசும் ஒரு இனம் மக்கள் பிரதிநிதி என்ற நம்பிக்கையை மக்கள் மனதில் விதைத்துள்ளார் இளைய திராவிட சூரியன் உதயநிதி ஸ்டாலின்.

அந்த நம்பிக்கையை இன்றைய சட்டமன்றத்தில் துவங்கி உதயநிதி ஸ்டாலின் நிரூபிக்க வேண்டும் என்பது அவருக்கு வாக்களித்த மக்களின் எதிர்ப்பார்ப்பாக உள்ளது.

உதயநிதியின் அரசியல் ஆர்வத்துக்கு மக்கள் மத்தியில் அவருக்கு இருந்த வரவேற்பு, உதயநிதியை தமிழக அரசியலின் மையத்தில் ஒரு தவிர்க்க முடியாத நபராக்கியுள்ளதை யாரும் மறுக்க முடியாது.

இதனைத் தொடர்ந்து சேப்பாக்கம் தொகுதியில் போட்டியிட கட்சி யிடம் முறையாக விண்ணப்பம் செய்தார் உதயநிதி.

உதயநிதிக்கு மக்கள், இளைஞர் மத்தியில் உள்ள வரவேற்புக்கு வாய்ப்பு அளிக்கும் விதமாக தி.மு.க.வின் 2021 தேர்தல் வேட்பாளர்

பட்டியலில் உதயநிதி ஸ்டாலின் பெயர் இடம் பெற்றது. அவருக்கு சேப்பாக்கம், திருவல்லிக்கேணி ஒதுக்கப்பட்டது.

தி.மு.க.வின் இந்த அறிவிப்பு கட்சி தொண்டர்கள் மத்தியில் பெரும் வரவேற்பைப் பெற்றது. தன்னை வேட்பாளராக அறிவித்த பிறகு தமிழக அரசியல் கட்சியின் மூத்த தலைவர்களை நேரில் சந்தித்து வாழ்த்து பெற்றார் உதயநிதி. இந்த செயல் எதிர்கட்சி அரசியல் தலைவர்களையும் கவர்ந்தது.

அரசியல் களத்தில் அனுபவமிக்க ஆளுமைபோல் மக்களின் நிகழ் கால பிரச்சனைகளை முன்னிருத்தி பிரச்சாரம் செய்தார் உதயநிதி.

உதயநிதி சென்ற இடமெல்லாம் தொண்டர்கள் ரசிகர்களைப் போல அவரை வரவேற்றனர். தி.மு.க வாரிசு அரசியல் கட்சி என்ற விமர்சனத்தை தன்னுடைய குறுகிய கால அரசியல் உழைப்பால் உடைத்தெறிந்துள்ளார் உதயநிதி.

அதிக வாக்கு வித்தியாசத்தில் வெற்றி பெற்ற உதயநிதி வெற்றி பெற்றதும், திரை உலகின் முன்னோடியும் தே.மு.தி.க.வின் தலைவருமான விஜயகாந்தை சந்தித்தது. அரசியல் கட்சித் தலைவர்களான வைகோ, திருமாவளவன், திராவிட இயக்க தலைவர் கி.வீரமணி, எம்பி கனிமொழி உள்ளிட்டோரை சந்தித்து வாழ்த்து பெற்றதும் அனைவரது கவனத்தையும் ஈர்க்க வைத்தது.

ஆட்சியில் உள்ளவர்கள் செய்யும் தவறுகளை மக்களுக்கு புரியும் வகையில் எந்தவிதமான அடுக்குமொழி வசனங்களும் இல்லாமல் எளியமொழி நடையில் சாதாரணமாக பேசுகிறார் உதயநிதி. அவரின் இந்த இயல்பான மற்றும் நிதானமான பேச்சுதான் இன்றைய நவீன தலைமுறை இளைஞர்களை அவர் பக்கம் ஈர்த்துள்ளது.

அடிமட்ட தொண்டர்களும் அரசியல் கற்பிக்கும் பெரும்பாலான கட்சித் தலைவர்கள், தங்களுடைய அரசியலை குடும்ப அமைப் பிற்குள் கொண்டு செல்வதில்லை. இதற்கு நேர்மாறாக மறைந்த தி.மு.க தலைவர் கலைஞர் கருணாநிதி தன்னுடைய குடும்பத்தையே கழகமாக மாற்றினார். அதே சமயம் குடும்ப உறுப்பினர்களில் அரசியல் ஆர்வம் உள்ளவர்களுக்கு அரசியல் வழிகாட்டியாகச் செயல்பட்டார் என்பது குறிப்பிடத்தக்கது.

இந்த பயணம் தற்போது உதயநிதி ஸ்டாலின் வரை வெற்றி கரமாக பயணித்திருக்கிறது என்றே கூற வேண்டும்.

கலைஞரின் மறைவுக்குப் பின் சோர்ந்திருந்த கழக தொண்டர்களுக்கு உதயநிதி ஸ்டாலினின் வருகை பெறும் நம்பிக்கையையும் உற்சாகத் தையும் அளித்துள்ளது.

இன்றைய இளைஞர்களுக்கு அரசியலில் ஆர்வம் இல்லை என்ற கருத்துக்கு நேர்மாறாக உதயநிதி பங்கேற்கும் கூட்டங்களில் ஆயிரக்கணக்கான இளைஞர்கள் திரள்வதைக் காண முடிகிறது.

இதில் முக்கியமாக பார்க்கப்பட வேண்டிய ஒரு விசயம் உள்ளது. தீவிரமான நாத்திக குடும்பத்திலிருந்து வந்துள்ள உதயநிதி பிரசாரத்தின்போது ஆதீனங்கள் வைக்கும் திருநீறை கலைக்காமல் வைத்துக் கொள்வது, ஜமாத்தார்களுடன் சந்திப்பு நிகழ்ச்சியில் பங்கு பெறுவது என மதச்சார்பற்ற நடவடிக்கைகள் பெரிதும் கவனிக்கப் பட்டது.

களத்தில் மட்டுமல்லாது சமூக வலைத்தளங்களில் தான் படித்த புத்தகங்கள் குறித்து கருத்து பகிர்வது, அதன் எழுத்தாளரை பாராட்டுவது சமூக வலைத்தளங்களில் அவ்வப்போது அரசியல் பகடி செய்து டிரெண்டில் நிற்கிறார்.

தி.மு.க ஒரு வாரிசு கட்சி என்ற விமர்சனங்களை உடைத்தெறிய தன்னால் முடிந்த அனைத்து வேலைகளையும் செய்தார் உதயநிதி. தி.மு.க.வின் அடிமட்டத் தொண்டனைப் போல உழைத்து பணியாற்ற வாய்ப்பு கொடுங்கள் எனப் பகிரங்கமாக கூறினார்.

காவேரி மேலாண்மை வாரியம் அமைக்க கோரி திமுக மற்றும் அதன் தோழமை கட்சிகள் சார்பில் நடைபெற்ற போராட்டத்தில் உதயநிதி ஸ்டாலின் அண்ணாசாலை முதல் எழிலகம் வரை பேரணியை வழி நடத்திச் சென்றார்

தி.மு.க.வின் அடிமட்டத் தொண்டனில் தானும் ஒருவன் என்பதை உதயநிதி மேற்கொண்ட இந்த பேரணி மக்கள் மனதில் உதயநிதி நடிகர் என்பதைத் தாண்டி தி.மு.க.வின் இளம் திராவிடச் சூரியனாக உருவெடுத்து வருகிறார் என்பதை அம்பலப்படுத்தியது.

உதயநிதி ஸ்டாலினின் அரசியல் வருகை அரசியல் தளத்தில் பெரும் அதிர்வலைகளை ஏற்படுத்தியது.

தி.மு.க.வின் தேர்தல் பரப்புரையில் புயலாக செயல்படத் தொடங்கினார் உதயநிதி.

அதே போன்று தி.மு.க மூத்த தலைமுறை தலைவரான அன்பில் பொய்யாமொழியின் மகனும் உதயநிதியின் நண்பருமான மகேஷ் பொய்யாமொழிக்கு தேர்தல் பரப்புரை மேற்கொண்டார்.

பின்னர் தி.மு.க.வின் அரசியல் கூட்டங்களில் பங்கெடுப்பது, அதே போல ஸ்டாலின் பிறந்த நாளின் போது கட்சியின் கொடியை ஏற்றியதோடு மட்டுமல்லாமல் அந்நிகழ்ச்சியில் உதயநிதி ஸ்டாலினுக்கு வீரவாள் வழங்கப்பட்டது போன்ற நிகழ்வுகள் அவரின் அரசியல் வருகையை உறுதி செய்தன.

அதற்கேற்றாற் போல தி.மு.க உறுப்பினர்கள் சட்டமன்றத்திலிருந்து வெளியேற்றப்பட்டதைக் கண்டித்து உண்ணாவிரதப் போராட்டத்தில் பங்கு பெற்றார். தொடர்ச்சியாக தி.மு.க. போராட்டங்களில் உதயநிதி ஸ்டாலினை அடிக்கடி பார்க்க முடிந்தது.

குறிப்பாக பிரதமர் மோடி தமிழகம் வருவதை கண்டித்து கருப்புக் கொடி காட்டும் போராட்டம் நடத்தப்பட்டது. இந்தப் போராட்டத்தில் கடலூரில் உதயநிதி ஸ்டாலின் கலந்து கொண்டார்.

அப்போது கருப்பு சட்டை அணிந்து கொண்டு கருணாநிதியிடம் வாழ்த்து பெற்றுச் சென்ற வீடியோ வலைத்தளங்களில் பெரும் வரவேற்பைப் பெற்றது.

உதயநிதியின் அரசியல் பயணம் என்பது ஏதோ இன்று நேற்று நடந்தது கிடையாது. கருவிலேயே அவருடைய அரசியல் நகர்வு தீர்மானிக்கப்பட்டு தொடங்கி விட்டது என்றே கூறவேண்டும்.

1976 ஆம் ஆண்டு மிசா சட்டத்தின் கீழ் மு.க.ஸ்டாலின் கைது செய்யப்பட்டு மத்திய சிறையில் அடைக்கப்பட்டார்.

அப்போது உதயநிதியைக் கருவில் சுமந்திருந்தார் துர்கா ஸ்டாலின். அரசியல் பரபரப்பான சூழ்நிலையில்தான் உதயமானார் உதயநிதி.

கருணாநிதிதான் உதயநிதி என்ற பெயரை வைத்தார். கழகமே குடும்பமாக செயல்பட்ட கோபாலபுரம் வீட்டில் உதயநிதி, அரசியல் பேச்சுக்களுக்கு நடுவில்தான் வளர்ந்தார்.

உதயநிதி சிறுவனாக இருந்தபோது தந்தை ஸ்டாலினுடன் பல அரசியல் கூட்டங்களுக்கு செல்வதை வழக்கமாக கொண்டிருந்தார்.

உதயநிதி ஸ்டாலின் சினிமாவில் கவனம் செலுத்திக் கொண்டிருந்த போது அவர் ஆயிரம் விளக்கு தொகுதியில் போட்டியிடப் போவ தாக தகவல் வெளியானது. இதனை முற்றிலுமாக மறுத்த உதயநிதி நான் எப்போதும் அரசியிலில் இறங்கப் போவதில்லை என்று திட்ட வட்டமாக கூறினார்.

ஆனால் 2016 ஆம் ஆண்டு சட்டமன்ற தேர்தலுக்கு தி.மு.க. தலைவர் ஸ்டாலின் போட்டியிட்ட பெரம்பூர் தொகுதியில் தந்தைக்காக தேர்தல் பரப்புரை மேற்கொண்டார்.

பிரச்சாரத்துக்காக உதயநிதி தேர்ந்தெடுத்த இடம் கலைஞர் பிறந்த ஊரான திருவாரூர். 'கலைஞர் பிறந்த இடத்தில் பிரச்சாரம் தொடங்கி அதே இடத்தில் கைது செய்யப்பட்டது எனக்கு பெருமை யாக உள்ளது. இதனைப் பார்க்க கலைஞர் இல்லை. இருந்திருந்தால் பெருமைப்பட்டிருப்பார். இது மக்கள் பயணம், எத்தனை தடைகள் வந்தாலும், தொடர்ந்து செல்ல தி.மு.க. தலைவர் ஸ்டாலின் உத்தர விட்டுள்ளார்' என உதயநிதியின் பேச்சு பெரும் வரவேற்பைப் பெற்றுள்ளது.

35

பலமுறை ஏமாத்திட்டீங்க.... ஏமாந்து போனீங்க

விளாத்திகுளம் சட்டமன்ற தொகுதி வேட்பாளர் மார்க்கண்டே யனை ஆதரித்து விளாத்தி குளம் பஸ் நிலையம் முன்பு உதயநிதி ஸ்டாலின் தேர்தல் பிரச்சாரம் மேற்கொண்டு பேசுகையில்,

'இந்த தொகுதியில் பலமுறை ஏமாந்திட்டீங்க. ஏமாந்து போனீங்க. இந்த முறை 50 ஆயிரம் வாக்குகள் வித்தியாசத்தில் வெற்றி பெற வைக்க வேண்டும்.

நான் எந்த தொகுதியில் போட்டியிட்டாலும் 234 தொகுதியில் தி.மு.க மற்றும் கூட்டணி கட்சியினர் வெற்றி பெற வைக்க தேர்தல் பிரச்சாரம் செய்து வருகிறேன்.

நாடாளுமன்ற தேர்தலில் மிகப்பெரிய வெற்றியை தி.மு.க. கூட்டணிக்கு தந்தீர்கள். இதனால்தான் தமிழக மக்கள் மீது மோடிக்கு கோபம்.

ஜிஎஸ்டி வரி வசூலை தமிழகத்திற்கு நிதி நெருக்கடி என்று காரணம் காட்டி தரவில்லை. ஆனால் மோடி செல்ல தனி சொகுசு விமானம் நாடாளுமன்றத்திற்கு புதிய கட்டிடம் கட்ட நிதி எப்படி வந்தது?

புயல் உள்ளிட்ட இயற்கை சீற்றத்தினால் தமிழகம் பாதிக்கப் பட்டபோது போதிய நிதியை தமிழகத்திற்கு தரவில்லை.

எய்ம்ஸ் மருத்துவமனை என்ற பெயரில் ஒரு செங்கல்லுக்கு ரூ.75 கோடி ரூபாய் கணக்கு காட்டியுள்ளனர்.

இதனை எதிர்த்து கேள்வி கேட்க முடியாமல் இருக்கிறார் முதல்வர் எடப்பாடி பழனிசாமி தமிழக உரிமைகளை மோடிகிட்ட அடமானம் வைத்துள்ளார். கொஞ்சம் விட்டால் தமிழகத்தை முதல்வர் எடப்பாடி பழனிச்சாமி விற்றுவிடுவார்.

வரும் தேர்தலில் உங்கள் வாக்குமூலம் மோடி, எடப்பாடி பழனிச்சாமிக்கு ஒரு கொட்டு வைக்க வேண்டும்.

பணமதிப்பு இழப்பு மூலமாக பொது மக்கள் கடுமையாக பாதிக்கப் பட்டனர். புதிய இந்தியா பிறக்கப்போகிறது என்றும் 15 லட்சம் ஒவ்வொருவருக்கும் போடப்படும் என்றும் அறிவித்து ஏமாற்றியவர் மோடி.

ஜெயலலிதா இருக்கும் வரை நீட் தேர்வினை எதிர்த்தார். ஆனால் இபிஎஸ், ஓபிஎஸ் தமிழகத்தில் நீட் தேர்வினை கொண்டு வந்தனர். 14 பேர் நீட் தேர்வினால் தற்கொலை செய்து கொண்டனர்.

தி.மு.க. ஆட்சிக்கு வந்தால் நீட் தேர்வு ரத்து, கல்வி கடன் தள்ளுபடி என்று தி.மு.க தலைவர் மு.க.ஸ்டாலின் தெரிவித்துள்ளார்.

குடும்ப தலைவிக்கு உரிமை தொகை ரூ.1000 கொரானா நிதி, ரூ.4000 வழங்கப்படும். அ.தி.மு.க.விற்குப் போடும் வாக்கு பா.ஜ.க. வுக்கு போடும் வாக்கு. இரட்டை இலைக்கு போடும் வாக்கு பா.ஜ.க. சின்னத்திற்கு போடும் வாக்கு, பா.ஜ.க. சின்னம் எனக்கு தெரியாது.

ஸ்டெர்லைட் போராட்டத்தில் ஈடுபட்டவர்கள் மீது துப்பாக்கிச் சூடு நடத்தி படுகொலை செய்யப்பட்டனர். பொள்ளாச்சி பாலியல் வழக்கு முதல் குற்றவாளி அ.தி.மு.க. நிர்வாகிகள்.

தமிழகத்தில் யாருக்கும் பாதுகாப்பு இல்லை. பெண் எஸ்பி ஒருவர் சிறப்பு டிஜிபி மீது பாலியல் புகார் அளித்துள்ளார்.

என்னுடைய முதல் பிரச்சாரத்தினை தடுத்தவர் இந்த சிறப்பு டிஜிபி.

ஜெயலலிதா எப்படி இறந்தார் என்று தெரியுமா 'ஒரு முதல்வருக்கே இந்த ஆட்சியில் பாதுகாப்பு இல்லை. மோடியா லேடியா என்று மோடிக்கு சவால் விட்டு வெற்றி பெற்றவர் ஜெயலலிதா' என்றார் உதயநிதி ஸ்டாலின்.

உதயநிதி ஆட்டோவில் பிரச்சாரம்

சேப்பாக்கம் - திருவல்லிக்கேணி சட்டமன்ற தொகுதி தேர்தல் பணிமனை அலுவலகத்தை தி.மு.க இளைஞரணி செயலாளரும் அப்பகுதி வேட்பாளருமான உதயநிதி ஸ்டாலின் துவக்கி வைத்தார்.

119வது வட்டம் பகுதியில் அமைக்கப்பட்டுள்ள இந்த தேர்தல் பணிமனைக்கு வருகை தந்த உதயநிதி ஸ்டாலினை பட்டாசு வெடித்தும் மேளதாளம் முழங்கவும் அப்பகுதி மக்கள் ஏராள மானோர் வரவேற்றனர்.

உடன் மத்திய சென்னை நாடாளுமன்ற உறுப்பினர் தயாநிதி மாறன் உள்பட கட்சி தொண்டர்கள் நிர்வாகிகள் இருந்தனர்.

அதனை தொடர்ந்து மெரீனா கடற்கரை அருகே உள்ள அயோத்தியா நகர் குடிசை மாற்று வாரிய பகுதியில் ஆட்டோவில் வாக்கு சேகரிப்பில் ஈடுபட்ட உதயநிதி ஸ்டாலினுக்கு ஏராளமான பெண்கள் மலர் தூவி வரவேற்பு அளித்தனர்.

உதயநிதி ஸ்டாலினுடன் நாடாளுமன்ற உறுப்பினர் தயாநிதி மாறனும் வாக்கு சேகரிப்பில் ஈடுபட்டார்.

அப்போது பேசிய உதயநிதி ஸ்டாலின், 'ஊழலில் திளைத்துள்ள மாநில அரசுக்கு நாம் பாடம் புகட்ட வேண்டும். கடந்த 10 ஆண்டு களாக தமிழகத்திற்கு எவ்வித பயனும் இல்லாத அரசாக அ.தி.மு.க அரசு இருக்கின்றது.

இங்கே ஆளும் அ.தி.மு.க அரசு, தமிழகத்தின் உரிமைகளை டெல்லி யில் அடகு வைத்துள்ளனர். தி.மு.க தலைவர் அவர்கள் தேர்தல் அறிக்கையில் குறிப்பிட்டுள்ளவற்றை நிறைவேற்ற அனைவரும் ஏப்ரல் 6 அன்று உதயசூரியன் சின்னத்திற்கு வாக்குகளை அளியுங்கள் என்றார்.'

தொடர்ந்து திருவல்லிக்கேணி பகுதியில் வாக்கு சேகரிப்பில் ஈடுபட்ட உதயநிதி ஸ்டாலினை வீதி முழுவதும் மக்கள் உற்சாகமாக வரவேற்பு அளித்து கொண்டாடினர்.

ஆளும் அரசின் அலட்சியப் போக்கையும் அவர்களின் குறைகளை யும் எடுத்துரைத்து வாக்கு சேகரிப்பில் ஈடுபட்டார்.

தொடர்ந்து திருவல்லிக்கேணி பகுதியில் உள்ள தேரடி தெரு உள்ளிட்ட பல்வேறு தெருக்களில் வாக்கு சேகரித்த உதயநிதி ஸ்டாலின் ஜாம் பஜார் பகுதியில் உள்ளவர்களிடம் பிரச்சாரம் செய்தார்.

மோடியின் அடிமையாக உள்ள எடப்பாடி ஓபி எஸ்யை ஒழித்துக் கட்டுவோம் என்றும் நாடாளுமன்றத் தேர்தலிலும் அ.தி.மு.க.விற்கு அடி கொடுத்து வெற்றியை ஈட்டுவோம் என்றும் பேசினார்.

உதயநிதியின் இந்த பிரச்சாரத்தில் காங்கிரஸ், ம.தி.மு.க, ஐ.யூ.எம்.எல் உள்ளிட்ட தோழமை கட்சியை சேர்ந்தவர்கள், தி.மு.க தொண்டர்கள், நிர்வாகிகள், மகளிர் என ஏராளமானோர் கலந்து கொண்டனர்.

✿

செல்லாத நோட்டும் செங்கலும்

தமிழக சட்டப் பேரவை தேர்தலில் போட்டியிடும் தி.மு.க கூட்டணி கட்சி வேட்பாளர்களை ஆதரித்து தி.மு.க இளைஞரணி செயலாளர் உதயநிதி ஸ்டாலின் தமிழகம் முழுவதும் சுற்றுப் பயணம் செய்து பிரச்சாரம் செய்து வருகிறார்.

இந்நிலையில் அவர் தூத்துக்குடி மாவட்டத்தில் தேர்தல் பிரச்சாரம் செய்தார். தூத்துக்குடி தொகுதியில் போட்டியிடும் தி.மு.க வேட்பாளர் பெ.கீதா ஜீவனை ஆதரித்து தூத்துக்குடி அண்ணாநகர் பகுதியில் திறந்த வேனில் நின்றவாறு அவர் பிரச்சாரம் செய்தார்.

அப்போது மத்திய அரசின் பணம் மதிப்பிழப்பு நடவடிக்கையால் மக்கள் பாதிக்கப்பட்டதை எடுத்துக் கூறிய உதயநிதி ஸ்டாலின் மதிப்பிழப்பு செய்யப்பட்ட பழைய 1000 ரூபாய் நோட்டை எடுத்துக் காட்டினார்.

இந்த செல்லாத நோட்டை போல பிரதமர் மோடி, முதல்வர் பழனிசாமி ஆகியோரை செல்லாதவர்களாக்க வேண்டும் என கூறினார்.

அதுபோல மதுரை எய்ம்ஸ் மருத்துவமனை பணிகள் எதுவும் நடைபெறாததை சுட்டிக்காட்டிய உதயநிதி, மதுரை எய்ம்ஸ் மருத்துவமனையே கையோடு தூக்கி வந்துவிட்டேன் எனக் கூறி எய்ம்ஸ் என எழுதப்பட்டிருந்த ஒரு செங்கல்லை தூக்கி காட்டினார்.

இதற்கான செலவாக ரூ.75 கோடி கணக்கு காட்டியிருக்கிறார்கள். அங்கே இருந்தது ஒரே ஒரு செங்கல்தான்.

அதையும் நான் தூக்கி வந்து விட்டேன். இதனால் கடந்த 2 நாட்களாக மருத்துவமனையை காணவில்லையென தேடுகிறார்களாம் என நக்கலாக தெரிவித்தார் உதயநிதி ஸ்டாலின்.

தொடர்ந்து முதல்வர் பழனிச்சாமி எவ்வாறு முதல்வரானார் என்பதை குறிப்பிட்டு பேசிய உதயநிதி ஸ்டாலின் சில படங்களை எடுத்து காட்டினார்.

உதயநிதி ஸ்டாலின் செல்லாத நோட்டு, செங்கல் மற்றும் படங் களைக் காட்டியபோது பொதுமக்கள் ஆரவாரம் செய்தனர்.

மேலும் தூத்துக்குடி துப்பாக்கிச் சூடு சம்பவத்தை மறக்காமல் குறிப்பிட்ட உதயநிதி ஸ்டாலின் இந்த சம்பவத்தில் உயிரிழந்த 13 பேர் களின் பெயர்களையும் குறிப்பிட்டு இந்த கொடூர கொலைக்கு பழிவாங்க வேண்டாமா? இந்த தேர்தலில் இந்த சம்பவத்துக்கு காரணமானவர்களுக்கு தக்கபாடம் புகட்ட வேண்டும்' என கேட்டுக் கொண்டார்.

இதேபோல் திருச்செந்தூர் தொகுதி தி.மு.க வேட்பாளர் அனிதா ஆர்.ராதாகிருஷ்ணன், ஒட்டப்பிடாரம் தொகுதி தி.மு.க வேட்பாளர் எம்.சி. சண்முகையா, விளாத்திகுளம் தி.மு.க வேட்பாளர் ஜி.வி. மார்க்கண்டேயன் ஆகியோரை ஆதரித்தும் உதயநிதி பிரச்சாரம் செய்தார்.

தூத்துக்குடி சட்டமன்ற தொகுதியில் போட்டியிடும் தி.மு.க வேட் பாளரும், சட்டமன்ற உறுப்பினருமான கீதா ஜீவனை ஆதரித்து தி.மு.க இளைஞரணி செயலாளர் உதயநிதி ஸ்டாலின் தூத்துக்குடி அண்ணாநகர் பகுதியில் பிரச்சாரம் செய்யும்போது,

'கடந்த முறை தூத்துக்குடி சட்டமன்ற தொகுதியில் தி.மு.க சார்பில் போட்டியிட்ட இந்த வேட்பாளரை சுமார் 22 ஆயிரம் வாக்குகள் வித்தியாசத்தில் வெற்றி பெறச் செய்தீர்கள். ஆனால் இந்த முறை அதே வேட்பாளரை 1 லட்சம் வாக்குகள் வித்தியாசத்தில் வெற்றி பெறச் செய்ய வேண்டும்.

நாடாளுமன்றத் தேர்தலில் 40 தொகுதிகளில் தி.மு.கவை 39 இடங்களில் வெற்றி பெறச் செய்த மக்கள் அதே போல சட்டமன்ற தேர்தலில் 200க்கும் மேற்பட்ட தொகுதிகளில் வெற்றி பெற செய்ய வேண்டும் என்று கேட்டுக் கொண்டார்.

நான் பிரச்சாரம் செய்யப் போகும் இடங்களில் எல்லாம் மோடியையும் எடப்பாடியையும் நீங்கள் கண்டபடி திட்ட வழக்கு மட்டும் என் மீது போடுகின்றனர் என்று கூடி இருந்த தொண்டர்களிடம் கிண்டலாகப் பேசிய உதயநிதி ஸ்டாலின் இதுவரை 22 வழக்குகள் போடப்பட்டுள்ள தாகவும், என் மீது வழக்கு போட்ட சிறப்பு கூடுதல் டிஜிபி ராஜேஸ் தாஸ் என்பவர் பெண் போலீஸ் அதிகாரிக்கு பாலியல் தொந்தரவு கொடுத்துள்ளார். அந்த வழக்கில் அவர் சஸ்பெண்ட் செய்யப்பட்டுள்ளார். எப்படிப்பட்ட முதல்வர்? எப்படிப்பட்ட டிஜிபி என்று பாருங்கள்' என்று உதயநிதி ஸ்டாலின் பேசினார்.

✧

38
ஜெ.மரணம் குறித்து கேள்வி எழுப்புங்கள்

திருச்சி மாவட்ட மலைப்பாறையை அடுத்த மருங்காபுரி ஒன்றியம் மல்லிகைபட்டி சமத்துவபுரத்தில் நடந்த கிராம மக்கள் சந்திப்பு கூட்டத்தில் உதயநிதி ஸ்டாலின் பேசினார்.

அப்போது அ.தி.மு.க அரசு ஒரு ஊழல் அரசு என்றும் முதல்வர் பழனிசாமி சாலை வசதிகள் செய்வதில் மட்டும் 6 ஆயிரம் கோடி ரூபாய் ஊழல் செய்துள்ளார் என்றும் கூறினார்.

அப்போலோ மருத்துவமனையில் சிகிச்சை என்ற பெயரில் 85 நாட்கள் முன்னாள் முதல்வர் ஜெயலலிதாவை அடைத்து வைத்தனர். யாரையும் பார்க்க விடவில்லை. இதையெல்லாம் மக்கள் மறந்து விடுவார்கள் என நினைத்து அ.தி.மு.க.வினர் ஓட்டு கேட்க வரும் போது ஜெயலலிதா மரணம் குறித்து கேள்வி எழுப்புங்கள்.

இது சம்பந்தமாக அமைக்கப்பட்ட விசாரணை கமிஷனில் துணை முதல்வர் ஓ.பன்னீர்செல்வம் ஒருமுறை கூட ஆஜர் ஆகவில்லை.

ஜெயலலிதா அ.தி.மு.க.வினர் மறந்து விட்டனர். ஆனால் தி.மு.க ஆட்சிக்கு வந்தால் ஜெயலலிதாவின் மரணத்திற்கு காரணமான வர்கள் மீது விசாரணை நடத்தி நடவடிக்கை எடுக்கப்படும் என்றார் உதயநிதி ஸ்டாலின்.

✡

39

எய்ம்ஸ் பிரிக்ஸ்

கடந்த 2015 ஆம் ஆண்டு மத்திய பட்ஜெட் தாக்கல் செய்த போது அப்போதைய நிதியமைச்சர் அருண் ஜெட்லி தமிழகம் பஞ்சாப் உள்ளிட்ட ஐந்து மாகாணங்களில் எய்ம்ஸ் மருத்துவமனை அமைக்கப்படும் என்றார்.

அதனையடுத்து இது தொடர்பாக நடந்த கூட்டத்தில் தமிழகத்தின் மதுரை அருகே தோப்பூரில் எய்ம்ஸ் மருத்துவமனை அமைக்க முடிவு செய்யப்பட்டு அதற்கான அறிவிப்பாணை தமிழக அரசுக்கு அனுப்பி வைக்கப்பட்டது.

ரூ.1264 கோடி மதிப்பிலான சுமார் 201.75 ஏக்கர் நிலத்தில் அமைய வுள்ள மதுரை எய்ம்ஸ் மருத்துவமனைக்கு கடந்த 2019 ஆம் ஆண்டு ஜனவரி மாதம் பிரதமர் மோடி அடிக்கல் நாட்டினார். தொடர்ந்து இதற்கான ஆரம்பகட்ட பணிகள் தொடங்கி நடைபெற்று வருவ தாக தெரிவிக்கப்பட்டது.

ஆனால் தமிழகத்தோடு சேர்ந்து அறிவிக்கப்பட்ட எய்ம்ஸ் மருத்துவ மனைகள் மற்ற மாநிலங்களில் கட்டி முடிக்கப்பட்டு விட்ட

நிலையில் மதுரையில் மட்டும் கட்டுமானப் பணிகள் மந்தகதியில் இருந்து வருகிறது.

மதுரை எய்ம்ஸ் கட்டுமான பணிகள் தொடர்பாக பலரும் கிண்டல் செய்து வருகின்றனர். இது குறித்து மீம்களும் எக்கச்சக்கமாக வலம் வருகின்றன.

தேர்தல் பிரச்சாரத்தின் போது 'மதுரையில் மோடி கட்டிய எய்ம்ஸ் மருத்துவமனையை கையோடு எடுத்து வந்திருக்கிறேன்' என்று கூறி ஒரு செங்கல்லை காட்டி தி.மு.க இளைஞரணி செயலாளர் உதயநிதி ஸ்டாலின் பிரச்சாரம் மேற்கொண்டது வைரலானது.

தேர்தல் சமயத்தில் உதயநிதியின் இந்த நூதன பிரச்சாரம் வைரலானதுடன் தி.மு.க வெற்றிக்கும் ஒரு வகையில் உதவியது.

இந்த நிலையில் உதயநிதி ஸ்டாலினுக்கே டஃப் கொடுக்கும் வகையில் செங்கல் சப்ளை செய்யும் நிறுவனம் ஒன்று தனது லாரிக்கு 'எய்ம்ஸ் பிரிக்ஸ்' என்று பெயரிடப்பட்டுள்ளது.

'எய்ம்ஸ் பாக்ஸ்' என பெயரிடப்பட்டுள்ள லாரியின் புகைப்படம் சமூக வலைதளங்களில் வைரலாகி வருகிறது.

தைரியமிருந்தால் சோதனைக்கு வா

தி.மு.க. தலைவர் ஸ்டாலின் மகள் செந்தாமரையின் இல்லத்திலும் அவரது கணவர் சபரீசன் அலுவலகம், அவரது நண்பர்களின் வீடு, அலுவலகங்களிலும் ஏப்ரல் 2 ஆம் தேதி 2021 இல் காலை முதல் வருமான வரித்துறை சோதனை நடத்தி வந்தது.

மேலும கலசப்பாக்கம் சட்ட பேரவைத் தொகுதியில் பணப்பட்டு வாடா செய்யத் திட்டமிட்டுள்ளதாக எழுந்த புகாரை அடுத்து திருவண்ணாமலை தி.மு.க எம்.பி அண்ணாதுரை வீட்டில் வருமான வரித்துறையினர் சோதனை செய்து வந்தனர்.

மேலும் கரூர் தொகுதி தி.மு.க வேட்பாளர் செந்தில் பாலாஜி, அவரது சகோதரர் வீடு உள்ளிட்ட 4 இடங்களில் வருமான வரித் துறையினர் சோதனை நடத்தி வருகின்றனர். ஒரே நாளில் ஸ்டாலின் மகள் மற்றும் தி.மு.க.வினருக்குச் சொந்தமான இடங்களில் ஐடி ரெய்டு நடைபெற்று வந்தது.

இது குறித்து ஸ்டாலின் அரியலூர் மாவட்டம் ஜெயங்கொண்டத்தில் பேசுகையில், "ஐ.டி. சிபிஐ வைத்து அனைவரையும் மிரட்டு

கிறார்கள். ஒன்று மட்டும் மோடிக்கு சொல்கிறேன். இது தி.மு.க மறந்து விடாதீர்கள். நான் கருணாநிதியின் மகன். இந்த சலசலப்புக் கெல்லாம் அஞ்ச மாட்டேன்.

மிசாவையே எமர்ஜென்சியையே பார்த்தவன் இந்த ஸ்டாலின். நீங்கள் எத்தனை ரெய்டு நடத்தினாலும் அதைப்பற்றி இஞ்சிற்றும் நாங்கள் கவலைப்பட மாட்டோம்" எனப் பேசினார்.

இந்நிலையில் இது தொடர்பாக திருப்பூர் உடுமலையில் நடைபெற்ற தேர்தல் பிரச்சாரத்தில் பேசிய உதயநிதி, 'இன்று காலையில் என் சகோதரி செந்தாமரை வீட்டில் ஐ.டி ரெய்டு நடைபெற்றுள்ளது. நான் மறுபடியும் இன்னொரு சவால் விடுக்கிறேன். என் வீட்டு முகவரியைத் தருகிறேன். எண் 25/9 செனடாப் ரோடு, சித்தரஞ்சன் சாலை. தைரியமிருந்தால் என் வீட்டுக்கு ரெய்டுக்கு வாருங்கள்' எனப் பேசினார்.

✧

41

தாத்தா வழியில் நாத்திக சிந்தனை

தி.மு.க. முன்னாள் தலைவரும் தமிழ்நாட்டின் முன்னாள் மறைந்த முதல்வருமான் கலைஞர் கருணாநிதியின் நினைவு தினம் ஆகஸ்ட் 7 ஆம் தேதி அனுசரிக்கப்பட்டு வருகிறது.

இதையொட்டி தி.மு.க. தொண்டர்கள் பல்வேறு நலத்திட்ட உதவிகளை செய்து வருகின்றனர்.

மெரினா கடற்கரையில் உள்ள கலைஞர் கருணாநிதியின் நினை விடத்தில் அஞ்சலி செலுத்திய முதல்வர் ஸ்டாலின், நுங்கம் பாக்கத்தில் உள்ள இந்து சமய அறநிலையத்துறை தலைமையிட வளாகத்தில் கலைஞரின் நினைவாக ஒரு லட்சம் தல மரக்கன்றுகள் நடும் திட்டத்தை தொடங்கி வைத்தார். இதன் அடையாளமாக நாகலிங்க மரக்கன்றை அவர் நட்டு வைத்தார்.

அந்த வகையில் சேப்பாக்கம் திருவல்லிக்கேணி தி.மு.க சட்டமன்ற உறுப்பினரும், அக்கட்சியின் இளைஞரணி செயலாளருமான உதயநிதி ஸ்டாலின் சென்னை திருவல்லிக்கேணியில் உள்ள சமூக மகப்பேறியல் நிலையம் மற்றும் அரசு கஸ்தூரிபா காந்தி தாய் சேய்

நல மருத்துவமனையில் மறைந்த தி.மு.க தலைவர் கருணாநிதியின் 3 ஆம் ஆண்டு நினைவு தினத்தை முன்னிட்டு அம்மருத்துவமனைக்கு ரூ. 90 லட்சம் மதிப்பீட்டில் அறுவை சிகிச்சை மையம் புதுப்பிக்கப் பட்டு ஆம்புலன்ஸ் மற்றும் உபகரணங்களை உதயநிதி ஸ்டாலின் அறக்கட்டளை சார்பில் வழங்கினார்.

நிகழ்ச்சியில் மக்கள் நல்வாழ்வுத் துறை அமைச்சர் மா.சுப்ர மணியன், இந்து சமய அறநிலைத்துறை அமைச்சர் சேகர் பாபு, பள்ளிகல்வித்துறை அமைச்சர் அன்பில் மகேஷ் பொய்யாமொழி, எம்.பி தயாநிதி மாறன் உள்ளிட்டோர் கலந்து கொண்டனர்.

நிகழ்ச்சியில் பேசிய உதயநிதி ஸ்டாலின், 'இந்த மருத்துவமனையில் கடந்த மே மாதம் ஏற்பட்ட தீ விபத்தில் துரிதமாக செயல்பட்டு எந்தவித பாதிப்பும் இல்லாமல் நடவடிக்கை எடுக்கப்பட்டது. எனக்கு கடவுள் நம்பிக்கை கிடையாது. தீ விபத்தின்போது குழந்தை களை காப்பாற்றிய மருத்துவர்கள்தான் கடவுளாக பார்க்கிறேன்' என்றார்.

உதயநிதியின் இந்த பேச்சுக்கு அங்கிருந்தவர்கள் கைதட்டி ஆரவாரம் செய்தனர்.

நாத்திகவாதியாக அறியப்பட்ட கலைஞர் கருணாநிதி தனது பேச்சாற்றல் அனைவரையும் கட்டி போடும் திறன் படைத்தவர்.

அவரது பேச்சுக்கென்று தனி ரசிகர் பட்டாளமே உள்ளது. எதிரணி யினரும் அவரது பேச்சை ரசிக்கத் தவறியது கிடையாது. அதே போன்று உதயநிதியும் பேச்சில் தனக்கென்று ஒரு ஃபார்முலாவை வைத்துள்ளார்.

உரைநடையை தவிர்த்து எளிய முறையில் அவர் பேசியது பலராலும் ரசிக்கப்பட்டு வருகிறது.

தி.மு.க.வுக்கு சட்டமன்றத் தேர்தலில் வெற்றியைத் தேடித்தர அவரது இந்த பேச்சும் தேர்தல் பிரச்சாரமும் உதவியது. தற்போது கலைஞரைப் போலவே கடவுள் நம்பிக்கை குறித்தும் தனது நிலைப் பாட்டை உதயநிதி தெரிவித்துள்ளார்.

தி.மு.க அறக்கட்டளை மட்டுமல்லாமல் கலைஞர் கருணாநிதி பெயரி லான அறக்கட்டளைக்காக கருணாநிதி தனது சொந்தப் பொறுப்பில் அளித்த ரூ. 5 கோடி ரூபாய் வங்கியில் வைப்பு நிதியாக போடப்பட்டு அதில் கிடைக்கப்பெறும் வட்டித் தொகை உள்ளிட்டவற்றைக் கொண்டு மாதந்தோறும் ஏழை எளிய நலிந்தோருக்கு உதவித் தொகை வழங்கப் பட்டு வருகிறது.

அதே போன்று உதயநிதி ஸ்டாலின் பெயரிலான அறக்கட்டளையும் பல்வேறு உதவிகளை செய்து வருகிறது.

அத்துடன் முதல் முறையாக சட்டமன்றத் தேர்தலில் வெற்றி பெற்றுள்ள உதயநிதி ஸ்டாலின் தனது தாத்தாவைப் போலவே பம்பரமாக சுழன்று தனது தொகுதி மக்களுக்கு பணியாற்றி வருகிறார்.

இவர் எங்கள் தொகுதிக்கு எம்.எல்.ஏவாக இருக்கக் கூடாதா என்று மாற்றுத் தொகுதியினர் நினைக்கும் வகையில் அவரது செயல்பாடுகள் உள்ளது என்பது கவனிக்கத்தக்கது.

42. நான் வன்முறையைத் தூண்டுகிறேனா?

'**வி**டியலை நோக்கி ஸ்டாலின் குரல்' எனும் தேர்தல் பிரச்சாரம் செய்து வரும் தி.மு.க.வின் இளைஞரணி செயலாளர் உதயநிதி ஸ்டாலின் மணப்பாறை பகுதியில் தன்னுடைய தேர்தல் பிரச்சாரத்தின்போது, திருச்சி மாநகர பகுதிக்குள் டிவிஎஸ் டோல்கேட் பகுதி பிரச்சாரத்தில் பேசியது...

'நீண்ட நேரம் காக்க வைத்ததற்காக மன்னிக்கவும். வரும் வழிகளை யெல்லாம் 15 இடங்களில் திட்டமிட்டோம். ஆனால் பல இடங் களில் வண்டியை நிறுத்தி பேசிவிட்டு தான் போக வேண்டும் என்ற ஆசையோடு கேட்டதனால் இந்த காலதாமதம் ஏற்பட்டது' என்றார்.

மேலும் அவர் பேசுகையில் நான் எங்கு சென்றாலும் வன்முறையை தூண்டும் விதமாக பேசுகிறேன் என்று கூறுகிறார்கள். அ.தி.மு.க. வையும் பி.ஜே.பி.யையும் ஓட ஓட விரட்டியது மக்களாகிய நீங்கள். ஓடியது அவர்கள். ஆனால் என் மீது வழக்குப் போட்டிருக்கிறார்கள் காவல் துறையினர்.

மோடிதான் எங்களுடைய டேடி. அம்மாண்ணா சும்மா என்று தற்போதைய ஆட்சியில் இருக்கக்கூடிய அமைச்சர் ஒருவர் கூறுகிறார். எப்படி ரயில்வே துறையில், விமானத் துறையில் தனியார்மயம் மாறியதோ அதே போல்தான் இந்த விவசாயத்தையும் தனியார் மயமாக்க மத்திய அரசு முயற்சிக்கிறது. அதனுடைய முதல் வெளிபாடுதான் இந்த வேளாண் சட்டங்கள்.

இந்த சட்டத்தால் எந்த பாதிப்பும் இல்லை என்று பலர் கூறு கின்றனர். ஆனால் பல லட்சம் விவசாயிகள் போராட்டம் நடத்தி வருகின்றனர். இதுவரை 35 விவசாயிகள் பலியாகி உள்ளனர்.

இந்த நீட் தேர்வில் மருத்துவராக முடியாமல் இதுவரை மொத்தம் 15 மாணவர்கள் இறந்திருக்கிறார்கள். இது கட்டாய திணிப்பு என்பதை மறந்து விடாதீர்கள்.

தி.மு.க. ஆட்சிக்கு வந்ததும் நீட்தேர்வு உடனடியாக ரத்து செய்யப் படும். ஜெயலலிதா ஆட்சியில் இருந்தபோதும் கூட நீட்தேர்வு தமிழகத்துக்குள் நுழைய முடியவில்லை.

ஆனால் தற்போதைய அ.தி.மு.க ஆட்சிக்கு வந்தவுடன் நீட் தேர்வு உள்ளே அனுமதித்து விட்டனர்.'

✦

43
குற்றச்சாட்டை மறுக்கிறேன்

தமிழக சட்டசபை தேர்தலுக்காக கடந்த சில மாதமாக தி.மு.க இளைஞர் அணி செயலாளர் உதயநிதி ஸ்டாலின், தி.மு.க வேட்பாளர் மற்றும் அதன் கூட்டணி கட்சிகளின் வேட்பாளர்களை ஆதரித்து தேர்தல் பிரச்சாரம் மேற்கொண்டார்.

அந்த வரிசையில் கடந்த மார்ச் 31 ஆம் தேதி தாராபுரத்தில் தேர்தல் பரப்புரையின்போது உதயநிதி ஸ்டாலின் பேசியது பெரும் சர்ச்சையை ஏற்படுத்தியது.

பிரதமர் நரேந்திர மோடியால் தரப்பட்ட அழுத்தத்தையும் சித்ரவதையையும் பொறுத்து கொள்ள முடியாததால் மறைந்த முன்னாள் மத்திய அமைச்சர்களான சுஷ்மாஸ்வராஜ், மற்றும் அருண் ஜெட்லி இறந்து விட்டனர் என்று உதயநிதி ஸ்டாலின் கூறியதாக பா.ஜ.க.வினர் குற்றம் சாட்டினர்.

மேலும் இது உண்மைக்கு மாறான தகவல் என்று கூறி சுஷ்மா ஸ்வராஜின் மகள் டுவிட்டர் மூலம் மறுப்பு தெரிவித்திருந்தார்.

இதைத் தொடர்ந்து தேர்தல் ஆணையம் நடவடிக்கை எடுக்க வேண்டும் என்று பா.ஜ.க சார்பில் ஏப்ரல் 2 ஆம் தேதி புகார் அளிக்கப்பட்டது.

இதனையடுத்து முன்னாள் மத்திய அமைச்சர்கள் அருண் ஜெட்லி மற்றும் சுஷ்மாஸ்வராஜ் மரணங்கள் பற்றி தேர்தல் பரப்புரையில் பேசியது குறித்து விளக்கம் அளிக்க வேண்டும் என தி.மு.க. இளைஞர் அணி செயலாளர் உதயநிதி ஸ்டாலினுக்கு தேர்தல் ஆணையம் நோட்டீஸ் அனுப்பியது.

அதற்கு உதயநிதி ஸ்டாலின் 'கடந்த மார்ச் 31 தாராபுரத்திரல் நான் பேசிய சில வரிகளை மட்டும் எடுத்துக்கொண்டு என் மீது புகார் அளிக்கப் பட்டுள்ளது. என் மீதான குற்றச்சாட்டுகளை தான் மறுப்ப தாகவும் தான் அவ்வாறு பேசவில்லை எனவும் உதயநிதி தெரி வித்தார். மேலும் இது என்னுடைய இடைக்கால பதிலாகவும் எடுத்துக்கொள்ள வேண்டும் எனவும் கோரிக்கை வைத்துள்ளனர்.

மேலும் பா.ஜ.க குழு சார்பில் அளித்த புகாரில் தமிழக சட்டசபை தேர்தலில் போட்டியிடும் உதயநிதி ஸ்டாலின் வேட்பு மனுவை தகுதி நீக்கம் செய்ய வேண்டும் என்றும், அவரை தி.மு.க நட்சத்திர பேச்சாளர் பட்டியலிலிருந்து நீக்க வேண்டும் என்றும் அவரது பிரச்சாரத்திற்கு தடை விதிக்க வேண்டும் என்றும் கோரிக்கை வைத்திருந்தனர்.'

✧

44

ப்ளீஸ்... பிரச்சாரம் செய்யாதீர்கள்

சட்டமன்ற தேர்தலுக்கான பிரச்சாரத்தில் தி.மு.க கட்சியின் இளைஞரணிச் செயலாளர் உதயநிதி ஸ்டாலின் இம்முறை முன்னிலைப்படுத்தப்பட்டிருந்தார்.

அவர் தொடர்ச்சியாக 100 நாட்கள் தேர்தல் பிரச்சாரம் மேற்கொண்டார். இந்நிலையில் விதிமுறைகளை மீறி பிரச்சாரம் செய்ததாக அவர் சிலமுறை கைது செய்யப்பட்டார்.

இந்நிலையில் இதுபற்றி பேசிய உதயநிதி ஸ்டாலின், 'என்னை பிரச்சாரம் செய்ய விடாமல் தடுக்க போலீஸார் சில முறை கைது செய்தனர் ஆனால் அதற்கெல்லாம் நான் பயப்படாமல் தொடர்ந்து பிரச்சாரம செய்தேன்.

ஒரு கட்டத்தில் என்னைக் கட்டுப்படுத்த முடியாமல் என்னிடம் போலீஸ்காரர்கள் பிரச்சாரம் செய்ய வேண்டாம் என்று கெஞ்சினர்.

மேலும் என்னிடம் மத்தவங்களை கைது பண்ணி விட்டா வீட்டுக்கு போயிடுவாங்க. நீங்க விடிய விடிய பிரச்சாரம் பண்ணிறீங்க. உங்க பின்னாடியே எங்களால சுத்திக்கிட்டிருக்க முடியலை' எனக் கூறினார் என்று பேசியுள்ளார் உதயநிதி ஸ்டாலின்.

☼

45
செல்லாத நோட்டு போல மதிப்பிழக்கச் செய்யுங்கள்

விருதுநகர் மாவட்டம் காரியாபட்டியில் திருச்சுழி தொகுதி தி.மு.க. வேட்பாளர் தங்கம் தென்னரசு, அருப்புக்கோட்டையில் தி.மு.க. வேட்பாளர் சாத்தூர் ராமச்சந்திரன், விருதுநகரில் தி.மு.க. வேட்பாளர் ஏ.ஆர்.ஆர்.சீனிவாசன், சாத்தூரில் ம.தி.மு.க வேட்பாளர் ரகுராம் ஆகியோரை ஆதரித்து உதயநிதி ஸ்டாலின் பேசியதாவது :

'தமிழ் மக்கள் ஜிஎஸ்டியாக ரூ 15ஆயிரம் கோடி கொடுத்துள்ளனர். இதில் தமிழகத்தின் பங்கை அளிக்க மோடி மறுக்கிறார். நிதி பற்றாக்குறை என்கிறார். ஆனால் 8 ஆயிரம் கோடி ரூபாய்க்கு இரு விமானங்கள் வாங்கியுள்ளார்.

மோடி பணமதிப்பிழப்பு செய்தது போல அவரையும் பழனிச்சாமி யையும் மதிப்பிழக்கச் செய்ய வேண்டும்.

ஜெயலலிதா இருந்தபோது மோடியா? இந்த லேடியா? என்று கூறினார். ஆனால் மோடிதான் எங்கள் டாடி என்கிறார் கே.டி ராஜேந்திர பாலாஜி.

தி.மு.க ஆட்சிக்கு வந்தால் குடும்பத் தலைவிக்கு மாதம் ரூ. 1000 உதவித் தொகை வழங்கப்படும். கொரோனா நிவாரணத் தொகை யாக ரூ.4000 வழங்கப்படும்.

நீட் தேர்வு காரணமாக அனிதா உயிரிழந்தார். அவர் மட்டுமல்ல தொடர்ந்து 14 மாணவ, மாணவிகள் உயிரிழந்துள்ளனர். தி.மு.க. ஆட்சிக்கு வந்ததும் தமிழகத்தில் நீட்தேர்வு ரத்து செய்யப்படும் பெட்ரோல் டீசல் விலை குறைக்கப்படும்.

இந்த மாவட்டத்துக்கு கூட்டுக் குடிநீர் திட்டம் விருதுநகரில் ராமமூர்த்தி ரயில்வே மேம்பாலம், அல்லம்பட்டியில் ரயில்வே கீழ்பாலம் ஆகிய திட்டங்கள் செயல்படுத்தப்பட்டுள்ளன. உங்கள் கோரிக்கைகள் அனைத்தும் தி.மு.க ஆட்சிக்கு வந்ததும் நிறை வேற்றப்படும்.

பிரச்சாரக் கூட்டங்களில் உதயநிதி ஸ்டாலின் பேசும்போது செங்கல், பால்டப்பா, தெர்மாகோல் ஆகியவற்றைக் காண்பித்து இது எந்த அமைச்சர் என பொது மக்களிடம் கிண்டலாகப் பேசினார்.

இதேபோல சாத்தூரில் பேசும் போது மதுரையில் இருந்து வரும் வழியில் அ.தி.மு.க, பா.ஜ.க அரசுகள் இணைந்து கட்டிய எய்ம்ஸ் மருத்துவமனையைக் கையோடு கொண்டு வந்துள்ளேன் எனக்கூறி ஒரு செங்கல்லைக் காண்பித்தார். இதைப்பார்த்த பொதுமக்கள் ஆரவாரம் செய்தனர்.

ஒற்றைச் செங்கலை உயர்த்திக் காட்டி பாரதிய ஜனதா கட்டிய கனவுக் கோட்டையைத் தரைமட்டமாக்கிய பெருமை உதயநிதி ஸ்டாலினையே சாரும்.

✧

எங்கேப்பா இந்த ஐடியாவை பிடிச்சே?

உதயநிதி ஸ்டாலினின் அரசியல் பார்வை, பிரச்சார யுக்தி, தீர்க்க சிந்தனை பற்றிய எல்லா பக்கங்களையும் அலசிப் பார்ப்பது போல அவரது ஊடக பேட்டிகள் அரசியல் களத்தில் வந்து கொண்டிருக்கிறது. ஏடிபி நாடுக்கு உதயநிதி அளித்திருந்த பேட்டியும் இதனை வெளிப்படுத்தியிருக்கிறது.

கேள்வி : 15 ஆயிரம் கி.மீ தூரம் 65 நாட்கள் பயணம் எப்படி இருந்தது உங்களின் தேர்தல் பரப்புரை?

உதயநிதி : நவம்பர் 20ல் கருணாநிதி வீட்டு வாசலில் துவங்கிய பரப்புரை தொடர்ந்து போச்சு. அடுத்தடுத்து கைது பண்ணினாங்க. இவ்வளவுக்கும் இண்டோர் மீட்டிங்தான் போட்டோம்.

அப்புறம் முதலமைச்சர் பிரச்சாரம் ஆரம்பிச்சதும் தான் எனை ப்ரியா விட்டாங்க. அந்த நேரம் பார்த்து எட்டு மாதமா நிறுத்தி யிருந்த சூட்டிங் வேற ரெடி பண்ணிட்டாங்க. அங்கயும் போக வேண்டியதா போச்சு.

ஏப்ரல் கடைசியில் தான் தேர்தல் தேதி அறிவிப்பாங்கன்னு நெனச் சோம். ஆனால் 20 நாளுக்கு முன்னாடியே அறிவிச்சிட் டாங்க. ஒரு மாதமா சென்னையிலேயே இல்லை.

சேப்பாக்கம் திருவல்லிக்கேணியின் வேட்பாளர் வேற நான். அங்கேயும் ஓட்டு கேட்கனுமே? என்ன பண்றதுனு தெரியலை.

அப்போதுதான் நிர்வாகிகள் எனக்கு பயங்கரமா உதவினாங்க. தெம்பு கொடுத்தாங்க. நாடாளுமன்ற தேர்தலில் நான் வேட்பாளர் இல்லை என்பதால் பெரிய டென்சன் இல்லை.

ஆனால் இந்த முறை நானே வேட்பாளர். போன முறை ராகுல் காந்திக்கு பிரச்சாரம் செய்தேன். இந்த முறை எங்க அப்பாவுக்கு பிரச்சாரம் செய்தேன். அதுவே எனர்ஜியாகிடுச்சு.

கேள்வி : இப்போதுதான் பிரச்சாரம் முடிஞ்சு போச்சே. என்ன பண்றீங்க?

உதயநிதி : பிரச்சாரத்திற்கு சேப்பாக்கம் போகல, அதனால தேர்தலுக்கு பிறகு தொகுதிக்குள்ள சுற்றி வந்திட்டு இருக்கேன். தேர்தலில் எனக்காக நிறைய பேர் வேலை பார்த்திருக்காங்க. அவங்களுக்கெல்லாம் நன்றி சொல்லனும்ல.

தினமும் இருமுறை தொகுதி நிலவரத்தை அவங்க தான் எனக்கு அப்டேட் பண்ணாங்க. அவங்களுக்கு நன்றி சொல்றது எனக்கு ரொம்ப பிடிச்சது.

கேள்வி : முன்கூட்டியே தொகுதி பணிபார்க்கிற அளவுக்கு ஜெயிச்சிடுவோம்னு நம்பிக்கையா?

உதயநிதி : தொகுதி பணி எதுவுமே நான் பார்க்கல. பிரச்சாரம் பண்ணப்போ வந்த மனுக்களை வாங்கி அதை பரிசீலிக்க தனி அணி போட்டிருக்கேன். முடிவு வராம தொகுதி வேலையை துவக்க முடியாது. இப்போது நான் போறது நன்றி சொல்லதான்.

கடைசி நாளில் நான் சும்மா கைதான் காட்டிட்டு வந்தேன். கட்சிக் காரங்கதான் உழைச்சாங்க. தொகுதி வேலை அடுத்த மாதம் தொடங்குவேன்.

கேள்வி : செங்கல் எடுத்து செல்லும் ஐடியா எப்படி வந்தது?

உதயநிதி : மதுரையில் பிரச்சாரம முடித்துவிட்டு விருதுநகர் புறப்பட்ட போது மதுரை நிர்வாகிகள் உடன் வந்தனர். அவர்கள் தான் எய்ம்ஸ் வரவிருக்கும் இடத்தை காண்பித்தனர். சுற்றுச்சுவர் மட்டும் தான் இருந்தது. உள்ளே எந்த கட்டடமும் இல்லை. அப்போதுதான் நண்பர் ஒருவர் அந்த ஐடியா கொடுத்தார்.

உடனே அடுத்த பாயிண்டில் செங்கல் எடுத்து வருமாறு நிர்வாகி களிடம் கூறினேன். அவங்களுக்கு எதுவும் புரியலை. நான் பேசி முடிந்ததும் பயங்கர ரீச். மறுநாளும் பேசினேன். மூன்றாவது நாள் வேண்டாம்னு நெனச்சேன்.

நான் மக்களே என்னிடம் கேட்க ஆரம்பிச்சிட்டாங்க. மோடிக்கு அது தான் என் மீதான கோபம். எது எப்படியோ இன்னும் பணி துவங்கவில்லை என மோடி ஒத்துக்கிட்டார். அது போதும்.

கேள்வி : ஸ்டாலினுக்கு மிசா மாதிரி உதயநிதிக்கு இந்த தேர்தலா?

உதயநிதி : இதை எனக்கான சவாலா பார்க்கிறேன். சேப்பாக்கத்தில் நிற்க முடியுமானு சந்தேகம் இருந்துச்சு. அப்பா நம்பி கொடுத்தாரு ஏத்துக்கிட்டேன். தமிழ்நாடு முழுக்க ஜெயிப்பது உறுதி. வாக்கு களில் ஜெயிக்க வேண்டும் என ஆசைப்பட்டேன்.

கேள்வி : இந்த தேர்தலில் எதையாவது மிஸ் செய்ததா நினைக் கிறீங்களா?

உதயநிதி : எப்பவுமே என் தாத்தாவை மிஸ் பண்றேன். சேப்பாக்கத்தில் பேசும் போது அவர் நியாபகம் வந்து வாட்டுச்சு. அவர் இருந்திருந்தா மகிழ்ச்சியாயிருப்பார்.

பிரச்சாரத்தை முடிச்சிட்டு தாத்தா நினைவிடம் போனதும் ஒரு மாதிரி ஆயிடுச்சு. அதே மாதிரி அப்பா எனக்காக திருவல்லிக்கேணி யில் ஓட்டு கேட்கும் போதும் நெகிழ்ந்து போனேன்.

கேள்வி : தாத்தா கருணாநிதி அப்பா ஸ்டாலின் யார் ரோல் மாடல்?

உதயநிதி : கண்ணில் வலது பிடிக்குமா? இடது பிடிக்குமா? என்று கேட்டார் எதை சொல்றது? தாத்தா ஒரு ஆல்ரவுண்டர். அவர்

அடிச்சா சிக்சர்தான். அவரை யாரிடமும் ஒப்பிட முடியாது. அப்பாவின் உழைப்பு பிடிக்கும். தமிழகத்தில் அவர் கால் படாத இடமில்லை. தாத்தாவிடம் பாராட்டு பெற்றவராச்சே அப்பா.

கேள்வி : கருணாநிதி இல்லாத தேர்தல் பத்தி ஸ்டாலின் ஏதாவது பகிர்ந்தாரா?

உதயநிதி : அவரது அனுபவத்திற்கு என்னிடம் பேச வேண்டிய தில்லை. நான்தான் அவரிடம் அவ்வப்போது அறிவுரை வாங்கு வேன். எம்.பி. தேர்தலில் வெற்றி பெற்ற பின் கோபாலபுரம் வீட்டில் அப்பா தனியா அமர்ந்து தாத்தா இல்லையே என வருத்தப் பட்டார்.

மற்றபடி அனைத்து தொகுதிகளிலும் தாத்தா தான் வேட்பாளர் என பணியாற்றினோம்.

கேள்வி : உங்கள் பிரச்சாரம் பற்றி தந்தையாக ஸ்டாலின் ஏதாவது விமர்சனம் வைத்தாரா?

உதயநிதி : எய்ம்ஸ் செங்கல் பிரச்சாரம் பண்ண முதல் நாள் இரவு எனக்கு போன் பண்ணாரு.

'எங்கேப்பா இந்த ஐடியாவ பிடிச்சேன்னு?' கேட்டாரு. நானும் அதை பிரச்சாரத்தில் பேசுனேன்னு சொல்லி மகிழ்ந்தார். சந்தோஷ மாக இருந்தது.

கேள்வி : தளபதி இப்போ தலைவராயிட்டாரு. தளபதி இப்போ யாரு?

உதயநிதி : தி.மு.க.விற்கு எப்போதுமே ஸ்டாலின் தான் தளபதி. தமிழக மக்களுக்கும் அவர் தான் தளபதி. அவர்களுக்கு என்ன பிரச்சனை வந்தாலும் தளபதியா நின்னு அப்பா காப்பாத்துவாரு.

கேள்வி : சேப்பாக்கம் திருவல்லிக்கேணியில் போட்டி போட னும்னு எப்படி தோணுச்சு?

உதயநிதி : நான்தான் அந்த தொகுதியை கேட்டேன். சின்ன தொகுதி, பேராசிரியார் நின்ற தொகுதி வேற தயாநிதி மாறன்

அண்ணன் தான் முதன் முதலில் என்னை நிற்க வையுங்கன்னு கோரிக்கை வெச்சார்.

மூத்த நிர்வாகிங்க டி.ஆர்.பாலு, துரைமுருகன் எல்லாரும் அதைதான் சொன்னாங்க. தொகுதி சிறியது என்பதால் 6 நாளில் கவர் பண்ண முடிஞ்சது. சேப்பாக்கம் என்னுடைய அரசியல் வாழ்வில் மிகப் பெரிய மைல் கல்லா இருக்கும்.

கேள்வி : சேப்பாக்கத்தில் குஷ்பு போட்டியிடுவதாக இருந்துச்சு. அவர் மாறியதை எப்படி பார்க்கறீங்க?

உதயநிதி : யார் போட்டியிட்டாலும் இதே வேலைதான் பார்த்திருப் பேன். செய்ய வேண்டிய தேர்தல் வேலையை செய்திருக்கேன். யார் போட்டிங்கிறது முக்கியமில்லை. ஸ்டாலினா எடப்பாடியாங்கறது தான் முக்கியம்.

கேள்வி : உங்க தொகுதியில பா.ம.க நின்றதை எளிதா பார்த்தீங் களா?

உதயநிதி : எதிர்த்து நிற்பது யார் என்று பார்க்கவில்லை. நாம என்ன செய்யப் போறோம்னு யோசித்தேன்.

சின்னத்தை எப்படி மக்களிடம் கொண்டு போய் சேர்க்கப் போறோம்னு தான் கவனம் செலுத்தினேன்.

கேள்வி : இந்த 65 நாள் ஓயாத பிரச்சாரம். சவுகர்யமா இருந்ததா?

உதயநிதி : எங்கங்க.... காலையில 7.30 மணிக்கு காபி குடிப்பேன். குளிச்சதும் நிர்வாகிகள் வேட்பாளர்களை அழைச்சு பிரச்சாரம் பண்ணப் போற தொகுதியின் விபரத்தை கேட்பேன்.

அமைச்சர் தொகுதி என்றால் அவர்களின் ஊழல் விபரங்களை கேட்பேன். அப்படியே வேனில் ஏறவேண்டியதுதான். பலநாள் மதிய உணவே இருக்காது.

சில நேரம் சான்ட்விச், பீட்சா தருவாங்க. சாப்பாடு எங்கேனு கேட்பேன். டைம் இல்லை தம்பினு சொல்லிடுவாங்க. என்றாவது 10 நிமிடம் கிடைக்கும். அதுல சாப்பிட்டா உண்டு.

ராத்திரி 10 மணியை தாண்டிட்டா பேச முடியாது. கையை மட்டும் காட்டிட்டு போவேன். ரூம் வந்ததும் அப்பாவிடம் பேசுவேன். அப்புறம் மனைவி, குழந்தைகள் வாட்ப் ஆப் இல்லைனா பேஸ் டைம்ல பேசுவாங்க.

தூங்கறதுக்கு முன்னாடி நண்பர்களிடம் அரைமணி நேரம் டிஸ்கஸ். இப்படிதான் போச்சு.

கேள்வி : துரைமுருகன் கூறியபடி உதயநிதி அமைச்சரவைக்கு வாய்ப்பு இருக்கா?

உதயநிதி : துரைமுருகன் மாமா என்னை தூக்கி வளர்த்தவர். என் மீதான அதீத அன்பில் பேசியிருப்பார். நக்கல் அவருக்கு நல்லா வரும். அதுகூட நக்கலா இருக்கலாம். என்ன மாமா இப்படி பேசிட்டீங்களேனு அவரிடம் கேட்டேன். அதுல என்னப்பா தப்புனு சொல்லிட்டாரு.

கேள்வி : அவரை விடுங்க, உங்களுக்கு ஆசை இருக்கா?

உதயநிதி : எனக்கு அந்த ஆசையெல்லாம் இல்லீங்க. கத்துக்க வேண்டிய விசயம் நிறைய இருக்கு. இன்னும் நிறை உழைக்க வேண்டியிருக்கு.

இன்னும் பத்து நாட்கள் கிடைத்திருந்தால 234 தொகுதியும் பிரச்சாரத்தை முடித்திருப்பேன். தேர்தல் முடிஞ்சதும் தமிழ்நாடு முழுக்க போகனும்னு அப்பாவிடம் கோரிக்கை வெச்சிருக்கேன். நன்றி சொல்றதுக்காக.

கேள்வி : முதலமைச்சர், அமைச்சர் ஆசையெல்லாம் உண்மையாவே இல்லையா?

உதயநிதி : இப்போதுதான் எம்.எல்.ஏ போட்டிக்கே வந்திருக்கேன். அப்பா முதல்வர் ஆகனும்னு தான் உழைச்சிருக்கோம். எங்களுடைய ஒரே குறிக்கோள் அதுதான். தி.மு.க. அரசு அமைக்க வேண்டும். அப்பா நல்லாட்சி தருவார்.

கேள்வி : உதயநிதிக்கு மூன்றாம் கலைஞர் பட்டம் தரப்படுகிறதே?

உதயநிதி : அப்போ அது ஏன் கேட்கறீங்க. நிறைய பேரை திட்டிட்டேன். நிறைய பேரிடம் நேரிலும் சொல்லிட்டேன். நடவடிக்கை எடுக்கப்படும்னு மிரட்டிட்டேன். அப்பாவும் பல முறை சொல்லிட்டாரு.

என்ன செய்றது என் மீது அதீத அன்புல செய்யுறாங்க. பட்டாசு வெடிக்காதீங்கன்னு சொன்னாலும் கேட்க மாட்றாங்க. நாம சொல்றதை அவுங்க கேட்கனும்னு இல்லை. இனிமே நானே போய் போஸ்டர்களை கிழிக்க வேண்டியதுதான்.

கேள்வி : மோடி, அமித்ஷாவை அதிகமாக பேசிட்டீங்க. தி.மு.க ஆட்சிக்கு வந்தா மத்திய அரசோட எப்படி இணக்கம் இருக்கும்?

உதயநிதி : இப்போ இருக்கற ஆட்சியும் இணக்கமா தான் இருக்கு. தமிழ்நாட்டுக்கு என்ன கிடைச்சது?

அப்பா கேட்க வேண்டிய விதத்தில் கேட்டால் நமக்கு கிடைக்க வேண்டியது கிடைக்கும். அ.தி.மு.க மந்திரி மாதிரி அடிமையா இருக்க மாட்டோம்.

எங்களை பத்தி எந்த ஊழல் பட்டியலும் அவர்களிடம் இல்லை பயமில்லை.

கேள்வி : முகவரி கொடுத்தீங்களே ஐடி ரைய்டு வந்தாங்களா?

உதயநிதி : தங்கை வீட்டுக்கு ரெய்டு வந்துட்டு காலையில் இருந்து டிவி பார்த்துட்டு போயிருக்காங்க. என் வீட்டுக்கு யாரும் வரலே.

கேள்வி : ஸ்டாலின், கனிமொழி உதயநிதியை தவிர தி.மு.க பிரச்சாரத்திற்கு ஆளில்லையா?

உதயநிதி : நாங்க 4 பேர் மட்டுமல்ல 40 பேர் பிரச்சாரம் பண்ணிருக்கோம். எல்லா இடத்திற்கும் போகனுமே. நான் சினிமாக்காரன் என்பதால் எனக்கு மீடியா வெளிச்சம் கிடச்சது. மற்றபடி எல்லாரும் தான் பிரச்சாரம் பண்ணிருக்காங்க.

கேள்வி : தி.மு.க எம்.எல்.ஏக்களை பா.ஜ.க. வாங்கிடும்னு இணைய தளத்தில் பேசப்படுதோ?

உதயநிதி : மற்ற மாநிலம் மாதிரி தமிழகத்தில் எம்.எல்.ஏக்களை வாங்க முடியாது.

கேள்வி : அதிகாரிகளை நீங்க எச்சரித்தது விமர்சனமாச்சே இப்பவும் அவங்க பேரு நியாபகம் இருக்கா?

உதயநிதி : நான் பிரச்சாரம் துவக்கினதும் தொடர்ந்து நான்கு நாள் அரஸ்ட் பண்ணுனாங்க. நான்காவது நாளில் தான் ரொம்ப பண்ணுனாங்க. அப்போ போலீஸ்காரங்க தான் டிஜிபி ராஜேஸ்தாஸ் பத்தி சொன்னாங்க. அதனால் தான் அவர் பெயர் சொன்னேன். மற்றபடி கோபம் இல்லை.

என்னை நான்கு நாளும் போலீஸ் அழைத்துச் சென்றதை பல இடத்தில் பாராட்டினேனே? நான் சொன்ன அதிகாரி பாலியல் புகாரில் காத்திருப்போர் பட்டியலுக்கு போயிருக்கார். கொடுமை என்னன்னா எடிப்பாடி பிரச்சாரத்தில் அந்த புகார் சம்பவம் நடந்திருக்கிறதுதான்.

கேள்வி : ஜெய்ஷா சொத்து மேல் உங்களுக்கு என்ன ஆசை?

உதயநிதி : அய்யோ அவர் சொத்து மேல எனக்கு என்னங்க ஆசை. என்னோட வளர்ச்சிக்கு தி.மு.க.னு பேசுனாரு.

தமிழக வளர்ச்சிக்கு நீங்க என்ன பண்ணீங்க. உங்க பையன் வளர்ச்சி எவ்வளவு பெரிய அசுர வளர்ச்சி. 32 வயதில் மகனை பிசிசிஐ செயலாளராக ஆக்கியிருக்கீங்கன்னு கேட்டேன். என்னை தனிப்பட்ட முறையில பேசுனதாலே நானும் பேசுனேன் அவ்வளவு தான்.

கேள்வி : கடைசி நாளில் அதிமுகவின் நாளிதழ் விளம்பரம் திமுகவை பழித்ததா?

உதயநிதி : 10 வருசம் நாங்க ஆட்சியில் இல்லை. அவங்கதான் இருந்தாங்க. நியாயமா சாதனையை சொல்லியிருக்கணும். ஆனா அவங்க செய்யலை. அவதூறு போட்டாங்க. அது மக்கள் மத்தியில் எடுபடாது.

எனது போட்டோ கூட அதில் இருந்தது. நான் அதை படிக்கவில்லை. சும்மா பார்த்தேன். அவ்வளவு தான். கடைசியில் அவ்வாறு செய்தது தவறு. இன்னும் 20 நாளில் எல்லாம் தெரிந்துவிடும்.

கேள்வி : சைக்கிளில் விஜய், அஜித்தின் மாஸ்க் எப்படி பார்த்தீங்க?

உதயநிதி : அவங்க பண்ணுதுக்கு நான் பதில் சொல்ல முடியாது. அவங்க மனசுல என்ன இருந்துச்சுன்னு எனக்குத் தெரியாது அவர்கள் மனதில் எதுவும் இருக்கலாம். அதற்கு நான் உள் அர்த்தம் கற்பிக்க முடியாது.

விஜய் ஏதோ விளக்கம் கொடுத்தாரு. அது அவர் விருப்பம். கருப்பு சிவப்பு மாஸ்க் அஜீத் விருப்பம். நான் என்ன சொல்றது.

கேள்வி : ஒரு வேளை தி.மு.க வந்தால் அ.தி.மு.க.வின் எந்த திட்டம் முதலில் ரத்தாகும்?

உதயநிதி : நான் ஆரம்பத்தில் இருந்தே சொல்றது அதுதான். நீட் தேர்வு ரத்து, நீட் தேர்வில் இறந்தவர்கள் வீட்டிற்கு நான்தான் சென்றேன்.

தொடர்ந்து மூன்று நாளில் நான்கு மரணங்களுக்கு போனேன். ஜல்லிக்கட்டுக்கு எப்படி தனிச்சட்டம் போடப்பட்டதோ அதே போல நீட் தேர்வு ரத்துக்கு தனிச்சட்டம் கொண்டு வருவோம். மாணவர்கள் மக்கள் மெரினாவில் புரட்சி பண்ணினால் கட்டாயம் நீட் தேர்வு ரத்து செய்து தரப்படும்.

கேள்வி : மு.க. அழகிரியிடம் அரசியல் தாண்டி பேசுவீர்களா?

உதயநிதி : பெரியப்பாவிடம் பேசி பல நாட்கள் ஆகிவிட்டது. தம்பி தயா அழகிரி அவ்வப்போது பேசுவார். என்னோட பேச்சு பார்த் திட்டு அழைத்து பாராட்டுவார். அரசியல் பேச மாட்டோம்.

கேள்வி : கலைஞர், ஸ்டாலின், உதயநிதி அடுத்து இன்பநிதி தானா?

உதயநிதி : இன்பநிதிக்கு அரசியல் புரிதல் இல்லை. வயதிற்கான அரசியல் புரிதல்தான் இப்போ இருக்கு. என்னோட பேச்சு, அப்பா வோட பேச்சை பார்ப்பார். 2004 இல் பிறந்த 16 வயசு பையன். அந்த வயதிற்கான புரிதல்தான் இருக்கு.

வீடியோ கேம், கிரிக்கெட், புட்பால் தான் இப்போதைக்கு அவரோட புரிதல். அடுத்து என்ன நடக்கம்னு என்னால ஆரூடம் சொல்ல முடியாது. நானே இப்போதான் முதல் அடி எடுத்து வைத்திருக்கிறேன். என் மீது நிறைய எதிர்பார்ப்பு இருக்கு. அதை பூர்த்தி செய்யனும்.

கேள்வி : இனி படங்களில் உதயநிதி நடிப்பாரா?

உதயநிதி : ம்.. மூன்று படம் பாக்கி இருக்கு. சூட்டிங் போகணும். ஆனால் அரசியல் பணிதான் இப்போதைக்கு முக்கியம். இனி மக்கள் பணிக்கு தான் முக்கியத்துவம் தரலாம்னு இருக்கேன்.

கேள்வி : இளைஞரணி செயலாளரா இளைஞர்களுக்கு ஏதாவது அறிவுரை?

உதயநிதி : திராவிட இயக்க புத்தகங்கள், கருணாநிதி புத்தகங்கள் படியுங்கள். எனக்கே நிறைய தெரியாது. கத்துக்கிட்டு இருக்கேன். கண்டிப்பா தி.மு.க. ஆட்சி அமையும். இளைஞர்களுக்கு நல்லது நடக்கும்.

☼

சட்டமன்றத் தேர்தல் வெற்றி நிலவரம்

தமிழகத்தில் இரண்டு மாபெரும் தலைவர்களான ஜெயலலிதா, கருணாநிதி மறைவுக்குப் பிறகு நடைபெற்ற 2021 சட்டமன்றத் தேர்தலில் மக்களின் தீர்ப்பு என்னவாக இருக்கப் போகிறது என்று இந்தியாவே உற்று நோக்கி இருந்தது.

முன்னாள் முதல்வர் பழனிசாமி மக்களால் தேர்ந்தெடுக்கப்பட வில்லை என்ற குற்றச்சாட்டு மக்கள் முன்னே வைக்கப்பட்டு வந்த நிலையில் அடுத்த 5 ஆண்டுகள் யார் ஆட்சி செய்ய வேண்டும் என்ற முடிவை தங்களது வாக்குகள் மூலம் மக்கள் வெளிப்படுத்தி உள்ளனர்.

தற்போதைய சட்டப் பேரவையின் பதவிகாலம் முடிவடைவதனால் தமிழகத்தில் மொத்தமுள்ள 234 தொகுதிகளுக்கான சட்டப் பேரவை தேர்தல் மற்றும் கன்னியாகுமரி மக்களவைத் தொகுதி இடைத் தேர்தலுக்கான வாக்குப் பதிவு கடந்த ஏப்ரல் மாதம் 6 ஆம் தேதி ஒரே கட்டமாக நடைபெற்றது. இதில் சட்டமன்ற தேர்தலில் 72.81 சதவீத வாக்குகள் பதிவாகின.

இந்தத் தேர்தலில் தி.மு.க. தலைமையிலான கூட்டணியில் தி.மு.க. 174 இடங்களிலும் காங்கிரஸ் - 25, ம.தி.மு.க -6, மார்க்சிஸ்ட் - 6, இந்திய கம்யூனிஸ்ட் - 6, விடுதலை சிறுத்தைகள் - 6, இந்திய யூனியன் முஸ்லீம் லீக் - 3, கொங்குநாடு மக்கள் தேசிய கட்சி - 3, மனிதநேய மக்கள் கட்சி - 2, தமிழக வாழ்வுரிமை கட்சி - 1, மக்கள் விடுதலை கட்சி - 1 ஆதிதமிழர் பேரவை - 1 ஆகிய கட்சிகள் தேர்தல் களம் கண்டன.

அ.தி.மு.க கூட்டணியில் அ.தி.மு.க 180 இடங்களிலும் பாமக - 23, பாஜக - 20, தமாகா - 6, பெருந்தலைவர் மக்கள் கட்சி - 1, தமிழக மக்கள் முன்னேற்ற கழகம் - 1, புரட்சி பாரதம் - 1, மூவேந்தர் முன்னேற்ற கழகம் - 1, பசும்பொன் தேசிய கழகம் - 1 ஆகிய கட்சி களும் போட்டியிட்டன.

இது தவிர மக்கள் நீதி மய்யம், சமத்துவ மக்கள் கட்சி, ஐஜேகே ஆகிய கட்சிகளும், அ.ம.மு.க, தே.மு.தி.க, எஸ்.டி.பி.ஐ., கோகுல மக்கள் கட்சி ஆகிய கட்சிகளும் கூட்டணி அமைத்து போட்டி யிட்டது. நாம் தமிழர் கட்சி தனித்து போட்டியிட்டது.

தேர்தலில் பதிவான வாக்குகள் அனைத்தும் தமிழகம் முழுவதும் உள்ள 75 மையங்களில் பலத்த பாதுகாப்புடன் மே 2 ஆம் தேதி காலை 8 மணி முதல் எண்ணப்பட்டன.

முதலில் தபால் வாக்குகளும் அதனைத் தொடர்ந்து மின்னணு இயந்திரத்தில் பதிவான வாக்குகளும் எண்ணப்பட்டன.

வாக்கு எண்ணிக்கை தொடங்கியது முதலே தி.மு.க., அ.தி.மு.க. இடையே கடுமையான போட்டி நிலவியது.

ஆட்சியை யார் அமைப்பார்கள் என்பதற்கு சாட்சியாக கடந்த தேர்தல்களில் சென்னை மாவட்டத்தை யார் வசம் வைத்துக் கொள் கிறார்கள் என்பது அனைவராலும் பார்க்கப்படும்.

சென்னையில் உள்ள 16 சட்டமன்ற தொகுதிகளிலும் தி.மு.க. மற்றும் அதன் கூட்டணி கட்சி வெற்றி பெற்று கோட்டையை தனது வசமாக்கியுள்ளது.

சென்னையைப் பொறுத்தவரை 16 தொகுதிகளில் 15 தொகுதிகளில் தி.மு.க போட்டியிட்டது. இதில் புதுமுகங்கள் 9 பேருக்கு வாய்ப்பு அளிக்கப்பட்டது.

ராதாகிருஷ்ணன் நகர தொகுதியில் எபினேசர், வில்லிவாக்கம் தொகுதியில் வெற்றியழகன், எழும்பூர் தொகுதியில் பரந்தாமன், சேப்பாக்கம் தொகுதியில் உதயநிதி ஸ்டாலின், விருகம்பாக்கம் தொகுதியில் பிரபாகர் ராஜா, ஆயிரம் விளக்கு தொகுதியில் எழிலன், தி.நகர் தொகுதியில் கருணாநிதி, மயிலாப்பூர் தொகுதியில் த.வேலு, ராயபுரம் தொகுதியில் ஐட்ரீம் மூர்த்தி, ஆகிய 9 பேர் போட்டியிட்டனர்.

வெளியான தேர்தல் முடிவுகளில் புதுமுக வேட்பாளர்கள் 9 பேரும் அபாரமாக வெற்றி பெற்றனர்.

தி.மு.க. தலைவரும் முதல்வர் வேட்பாளருமான மு.க.ஸ்டாலின் கொளத்தூர் தொகுதியில் தனது ஹாட்ரிக் வெற்றியை பெற்றிருக்கிறார்.

மு.க.ஸ்டாலின் போட்டியிட்ட பிறகு, விஐபி தொகுதியாக மாறியிருக்கும் கொளத்தூரில் மழை வெள்ளம் போன்ற பேரிடர் காலங்களில் முதலில் சென்று உதவிக்கரம் நீட்டியதால் ஸ்டாலினின் செல்வாக்கு மக்கள் மத்தியில் உயர்ந்திருக்கிறது என்பதையே இது காட்டுகிறது.

நடந்து முடிந்த தேர்தலில் 70 ஆயிரம் வாக்குகள் வித்தியாசத்தில் மு.க.ஸ்டாலின் அமோக வெற்றி பெற்றுள்ளார்.

சென்னை, திருவள்ளூர், காஞ்சிபுரம், ராமநாதபுரம், திருச்சி, அரியலூர், பெரம்பலூர் ஆகிய 7 மாவட்டங்களில் உள்ள அனைத்து தொகுதிகளையும் தி.மு.க. கைப்பற்றி வரலாற்று வெற்றியைப் பெற்றுள்ளது. சட்டமன்ற தேர்தலில் தி.மு.க 129 இடங்களில் வெற்றி பெற்றுள்ளது.

இந்திய தேர்தல் ஆணையம் அதிகாரப்பூர்வமாக வெளியிட்டுள்ள அறிவிப்பின்படி தி.மு.க 129 இடங்களில் தனித்த வெற்றியைப்

பெற்று அறுதிப் பெரும்பான்மை பலம் உள்ள கட்சி என்ற வரலாற்றை பதித்துள்ளது.

அதன் கூட்டணிக் கட்சிகளான காங்கிரஸ் 18 இடங்களையும், இந்திய கம்யூனிஸ்ட் மற்றும் மார்க்சிஸ்ட் கட்சிகள் தலா 2 இடங்களையும், விடுதலை சிறுத்தைகள் கட்சி 4 இடங்களையும், தி.மு.க சின்னத்தில் போட்டியிட்ட ம.தி.மு.க 4 இடங்கள் என மொத்தம் தி.மு.க கூட்டணி 159 இடங்களில் அபாரமாக வெற்றி பெற்றுள்ளன.

ஆளும் அ.தி.மு.க 66 இடங்களில் தனித்த வெற்றியையும், அதன் கூட்டணி கட்சிகளான பாஜக 4 இடங்களிலும் பாட்டாளி மக்கள் கட்சி 5 இடங்களிலும் என மொத்தம் 75 இடங்களை வென்றுள்ளன.

தமிழகத்தில் திராவிட கட்சிகளின் ஆட்சி தான் எப்போதுமே என்பதை மக்கள் இந்தத் தேர்தலின் மூலம் உணர்த்தி இருக் கின்றனர்.

ஜெயலலிதா கருணாநிதிக்கு அடுத்தபடியாக மக்களால் தேர்ந் தெடுக்கப்பட்ட முதலமைச்சர் மு.க.ஸ்டாலின் என்ற அந்தஸ்தைப் பெறுகிறார்.

48. தாத்தாவை மிஞ்சிய பேரன்

சட்டமன்ற தேர்தலில் தனது தாத்தா மு.கருணாநிதியை விட அதிக வாக்குகள் பெற்றும், அதிக வாக்குகள் வித்தியாசத்தில் வெற்றி பெற்றும் தாத்தாவை மிஞ்சிய பேரனாக சேப்பாக்கம் திருவல்லிக்கேணி தொகுதியில் உதயநிதி ஸ்டாலின் வெற்றி வாகை சூடி முத்திரை பதித்துள்ளார்.

தி.மு.க தலைவர் மு.க.ஸ்டாலினின் மகனும் அக்கட்சியின் இளைஞரணி செயலாளருமான உதயநிதி ஸ்டாலின் முதன் முறையாக தேர்தலில் களம் கண்டார்.

முன்னாள் முதலமைச்சரும் தனது தாத்தாவுமான கருணாநிதி போட்டியிட்ட சேப்பாக்கம் திருவல்லிக்கேணி தொகுதியில் அவர் போட்டியிட்டார்.

இதன் மூலம் தனது தாத்தா கருணாநிதி போட்டியிட்ட தொகுதியில் இருந்தே தனது தேர்தல் அத்தியாயத்தை தொடங்கி இருக்கிறார் உதயநிதி ஸ்டாலின்.

அவர் தனது முதல் தேர்தலிலேயே அதிகப்படியான வாக்குகள் பெற்று அசத்தி இருக்கிறார். இந்த தேர்தலில் அவர் மொத்தம் 91776 வாக்குகள் பெற்றுள்ளார்.

இதன்மூலம் அவர் தன்னை எதிர்த்து போட்டியிட்ட பாமக வேட்பாளர் கசாலியை விட 68133 வாக்குகள் கூடுதலாக பெற்று வெற்றிவாகை சூடியுள்ளார்.

கடந்த 1996 ஆம் ஆண்டு சட்டமன்ற தேர்தலில் சேப்பாக்கம் தொகுதியில் கருணாநிதி முதல் முறையாக போட்டியிட்டார். அந்த தேர்தலில் அவர் 35784 வாக்குகள் வித்தியாசத்தில் வெற்றி பெற்றார்.

2001 ஆம் ஆண்டு தேர்தலில், 4834 வாக்குகள் வித்தியாசத்திலும், 2006 ஆம் ஆண்டு தேர்தலில் 8526 வாக்குகள் வித்தியாசத்திலும் கருணாநிதி தொடர்ந்து வெற்றி பெற்றார்.

அதனைத் தொடர்ந்து 2011 ஆம் ஆண்டு தேர்தலில் 50249 வாக்குகள் வித்தியாசத்தில் 2016 ஆம் ஆண்டு தேர்தலில் 68366 வாக்குகள் வித்தியாசத்திலும் திருவாரூர் தொகுதியில் கருணாநிதி தொடர்ந்து வெற்றி பெற்றார்.

இந்நிலையில் தற்போது தனது தாத்தாவைக் காட்டிலும் அதிக வாக்குகள் பெற்றும், அதிக வாக்குகள் வித்தியாசத்திலும் வெற்றி பெற்று தாத்தாவை மிஞ்சிய பேரனாக சேப்பாக்கம் திருவல்லிக்கேணி தொகுதியில் உதயநிதி ஸ்டாலின் வெற்றி முத்திரை பதித்துள்ளார்.

சேப்பாக்கம் திருவல்லிக்கேணி தொகுதியின் மொத்த வாக்குகள் 234038. பதிவான வாக்குகள் 135417. உதயநிதி ஸ்டாலின் பெற்ற வாக்குகள் 91776. பாமக வேட்பாளர் ஏ.வி.ஏ. கசாலி 23643. நாம் தமிழர் கட்சி வேட்பாளர் எஸ்.எம். ஜெயசிம்மராஜா 9129. இந்திய ஜனநாயகக் கட்சியின் கே. முகமது இத்ரீஸ் 4066. அ.ம.மு.க வேட்பாளர் எல்.ராஜேந்திரன் 1852 வாக்குகள் பெற்றுள்ளனர்.

பாமக வேட்பாளரை தவிர மற்ற வேட்பாளர்கள் டெபாசிட் இழந்துள்ளனர்.

☼

49

விதிமீறல் கைதும் விடுதலையும்

தமிழகத்தில் வரும் 2021ஆம் வருடத்தில் சட்டமன்ற தேர்தல் நடைபெறவுள்ள நிலையில் இந்த தேர்தலை எதிர்கொள்ள தமிழக கட்சிகள் தயாராகி வந்தன.

தி.மு.க தீவிர களப்பணியும், இணையதள பிரச்சாரங்களையும் மேற்கொண்டு வந்தது. தி.மு.க.வின் இளைஞரணி தலைவர் பதவியில் இருக்கும் உதயநிதி ஸ்டாலின், 100 நாள் பிரச்சார பயணம் மேற்கொள்ள இருப்பதாக அக்கட்சி வட்டாரங்கள் அறிவித்தது. மேலும் தனது முதல் பரப்புரையை நாகையில் உள்ள திருக்குவளையில் இருந்து துவக்க இருப்பதாகவும் தெரிவிக்கப்பட்டது.

இந்நிலையில் நாகப்பட்டினம் மாவட்டத்தில் உள்ள திருக்குவளை யில் அனுமதியின்றி விதிமுறைகளை மீறி தேர்தல் பிரச்சாரத்தை துவங்கியதாக காவல்துறையினரால் உதயநிதி ஸ்டாலின் கைது செய்யப்பட்டு இருந்தார். கைது செய்யப்பட்ட சிறிது நேரத்திலேயே அவர் காவல் துறையினரால விடுதலை செய்யப்பட்டார்.

உதயநிதி ஸ்டாலினுடன் கைதாகி இருந்த தி.மு.க.வினர் பலரும் விடுதலை செய்யப்பட்டனர். உதயநிதியின் அந்த தேர்தல் பிரச்சாரம் காரணமாக நாகபட்டினமே ஸ்தம்பித்துப் போனது.

☼

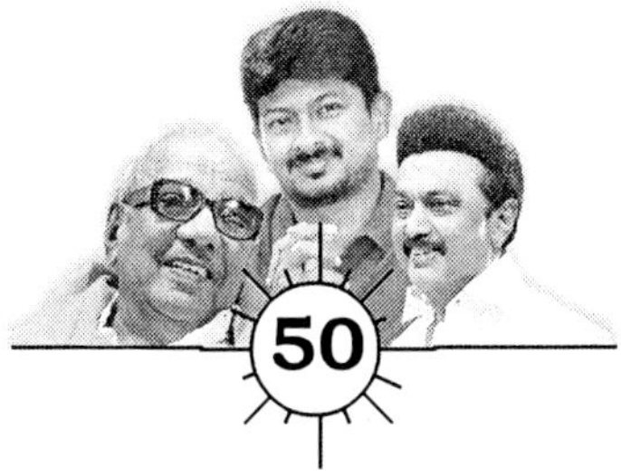

எங்கள் மயிலாப்பூர்

சென்னை மயிலாப்பூர் சட்டமன்ற தொகுதியில் முத்தமிழறிஞர் கலைஞர் அவர்களின் பிறந்தநாளை முன்னிட்டு 10 ஆயிரம் குடும்பங்களுக்கு நலத்திட்ட உதவிகள் மற்றும் கல்வி ஊக்கத் தொகையை வழங்கினார் உதயநிதி ஸ்டாலின்.

அதன் பின்னர் 'எங்கள் மயிலாப்பூர்' திட்டத்திற்கான லோகோவை திருவல்லிக்கேணி சேப்பாக்கம் சட்டமன்ற உறுப்பினர் உதயநிதி ஸ்டாலின் தொடங்கி வைத்தார்.

இந்நிகழ்ச்சியில் மயிலாப்பூர் சட்டமன்ற உறுப்பினர் மற்றும் தி.மு.க. உறுப்பினர்கள் கலந்து கொண்டனர்.

பின்னர் உரையாற்றிய திருவல்லிக்கேணி சேப்பாக்கம் மன்ற உதயநிதி ஸ்டாலின் சட்டமன்ற தேர்தலில் பெற்ற வெற்றி உண்மையான உழைப்பிற்கு கிடைத்த வெற்றி.

முதலமைச்சர் கூறியது போல எங்களுக்கு வாக்களித்தவர்கள் மகிழ்ச்சி அடைவார்கள் வாக்களிக்காதவர்கள் ஏன் வாக்களிக்க வில்லை என வருத்தமடைவார்கள், என்று கூறியதற்கு ஏற்ப, ஆட்சி

பொறுப்பேற்ற நாள் முதல் அனைத்து அமைச்சர்கள் மற்றும் சட்டமன்ற உறுப்பினர்கள் வேகமாக செயல்பட்டு கொரோனாவை கட்டுப்படுத்தினோம்.

மூன்றாவது அலைவரக் கூடாது வர விட மாட்டோம். அதற்கு பொது மக்களின் ஒத்துழைப்பு வேண்டும். கொரோனா பேரிடரி லிருந்து பாதுகாத்துக் கொள்ள ஒரே வழி அனைவரும் தடுப்பூசி செலுத்தி கொள்வதுதான் என்றார் உதயநிதி.

✡

51
தந்தையை மிஞ்சிய தனயன்

சட்டபேரவைத் தேர்தலில் வெற்றி பெற்றுள்ள உதயநிதி ஸ்டாலினுக்கு தனது தந்தை மு.க.ஸ்டாலினுக்கு கிடைக்காத வாய்ப்பு கிடைத்துள்ளது.

தமிழகத்தில் நடைபெற்று முடிந்த தேர்தலில் ஆளுங்கட்சியாக உருவெடுத்துள்ள தி.மு.க.வின் முக்கிய வேட்பாளரான உதயநிதி ஸ்டாலின் தி.மு.க இளைஞர் அணி செயலாளராக இருக்கிறார்.

இதற்கு முன்னர் தி.மு.க வரலாற்றில் இளைஞரணி செயலாளராகப் பணியாற்றிய ஸ்டாலின் 1984 ஆம் ஆண்டு சட்டப் பேரவைத் தேர்தலில் சென்னை ஆயிரம் விளக்கு தொகுதியில் முதன் முறை யாக போட்டி யிட்டார்.

அவரை எதிர்த்து போட்டியிட்ட அ.தி.மு.க வேட்பாளர் கே.ஏ.கிருஷ்ணசாமி வெற்றி பெற்றார். இதனால் ஸ்டாலின் தனது முதல் தேர்தலில் தோல்வி அடைந்தார்.

ஆனால் அவரது மகன் உதயநிதி ஸ்டாலின் தனது 43 வயதில் முதன் முதலாகப் சேப்பாக்கம் திருவல்லிக்கேணி தொகுதியில்

போட்டியிட்டு வெற்றியைப் பதிவு செய்துள்ளார். முதல் முயற்சியிலேயே தந்தையை மிஞ்சிய தனயனாக உதயநிதி ஸ்டாலின் வெற்றி பெற்றுள்ளார்.

உதயநிதி தனது தொகுதியில் தன்னை எதிர்த்துப் போட்டியிட்ட பாமக வேட்பாளர் கஸாலியை விட சுமார் 69000 வாக்குகள் அதிகமாகப் பெற்று வெற்றி பெற்றிருக்கிறார்.

இதையடுத்து உதயநிதிக்கு வெற்றிச் சான்றிதழை தேர்தல் அதிகாரி வழங்கினார்.

இதன் பின்னர் உதயநிதி ஸ்டாலின் சென்னை மெரீனா கடற்கரை சென்று முன்னாள் முதல்வரும் தனது தாத்தாவுமான கலைஞர் கருணாநிதியின் நினைவிடத்தில் வெற்றி சான்றிதழை வைத்து மரியாதை செலுத்தினார்.

அதனைத் தொடர்ந்து அவருக்கு பல்வேறு அரசியல் தலைவர்கள் திரைத்துறை பிரபலங்கள் வாழ்த்து தெரிவித்தனர்.

நடிகர் சந்தானம் முதலமைச்சர் மு.க.ஸ்டாலின் மற்றும் சட்டப் பேரவை உறுப்பினர் உதயநிதி ஸ்டாலின் ஆகிய இருவருக்கும் வாழ்த்து தெரிவித்து ட்வீட் ஒன்றை பதிவிட்டிருந்தார்.

அதில் தமிழ்நாடு முதலமைச்சராகப் பதவியேற்றுள்ள மு.க. ஸ்டாலின் மற்றும் என்னுடைய அன்பான முதலாளி உதயநிதி ஸ்டாலினுக்கு நெஞ்சார்ந்த வாழ்த்துக்கள் என்று பதிவிட்டிருந்தார்.

உதயநிதி ஸ்டாலினை செல்லமாக முதலாளி என அழைத்து வரும் நடிகர் சந்தானம், சேப்பாக்கம் திருவல்லிக்கேணி தொகுதியில் வெற்றி பெற்ற நிலையில் 'வரலாற்று வெற்றி பெற்றமை டியர் முதலாளிக்கு வாழ்த்துக்கள்' என வாழ்த்தி உள்ளார்.

அதனைத் தொடர்ந்து நடிகர் சந்தானம் முதலமைச்சர் மு.க.ஸ்டாலினையும், உதயநிதி ஸ்டாலினையும் நேரில் சந்தித்தும் வாழ்த்தினார்.

52

'மக்கள் அன்பன்' உதயநிதி

தமிழ் சினிமாவில் தயாரிப்பாளர், விநியோகஸ்தர், நடிகர் என வலம் வந்த உதயநிதி ஸ்டாலின் நடந்து முடிந்த சட்டமன்ற தேர்தலில் சேப்பாக்கம் திருவல்லிக்கேணி தொகுதியில் போட்டியிட்டு பெருவாரியான வாக்கு வித்தியாசத்தில் வெற்றி பெற்றார்.

உதயநிதி ஸ்டாலினுக்கு சமீபத்தில் 'மக்கள் அன்பன்' என்ற பட்டப் பெயர் கொடுக்கப்பட்டுள்ளது.

பெரும்பாலும் அரசியல் பின்னணியில் இறங்கி அரசியலுக்கு வருபவர்கள் களத்தில் இறங்கி வேலை செய்ய மாட்டார்கள் என்ற பிம்பத்தை அடித்து நொறுக்கியிருக்கிறார் உதயநிதி ஸ்டாலின்.

வெற்றி பெற்றதில் இருந்து தினமும் தொகுதிக்கு செல்வது, அங்கு களப்பணிகளை செய்வது என அனைவரையும் வியப்பில் ஆழ்த்தினர்.

இந்நிலையில் உதயநிதி நடிப்பில் உருவான 'கண்ணே கலைமானே' படத்தின் இயக்குநர் சீனுராமசாமி இயக்கும் புதிய படத்தின் டைட்டில் லுக் போஸ்டரை நடிகர் உதயநிதி ஸ்டாலின் டுவிட்டரில் வெளியிட்டு இருந்தார்.

அந்த ஃபர்ஸ்ட் லுக் போஸ்டர் அறிவிப்பு குறித்து வெளியான போஸ்டரில் உதயநிதியை 'மக்கள் அன்பன்' எனக் குறிப்பிட்டிருந்தார் சீனு ராமசாமி - ஜி.வி. பிரகாஷின் இடிமுழக்கம் படக்குழுவினர்.

ஹீரோக்களுக்கு பட்டப் பெயர் என்பது தவிர்க்க முடியாத ஒன்று. அந்த வகையில் அரசியலிலும் சினிமாவிலும் வெற்றிக் கொடி நாட்டி வரும் உதயநிதிக்கு 'மக்கள் அன்பன்' தவிர்க்க முடியாதது தான்.

☼

மகேஷ் பொய்யாமொழி அளித்த பரிசு

தமிழக சட்டசபைத் தேர்தலில் தி.மு.க. தனிப்பெரும்பான்மை யுடன் வெற்றி பெற்று ஆட்சியமைத்துள்ளது.

தி.மு.க இளைஞரணி செயலாளர் உதயநிதி ஸ்டாலின் சென்னை சேப்பாக்கம் திருவல்லிக்கேணி சட்டமன்றத் தொகுதியில் வெற்றி பெற்று எம்.எல்.ஏ ஆகி உள்ளார்.

அவரது நெருங்கிய நண்பர் அன்பில் மகேஷ் பொய்யாமொழி திருவெறும்பூர் தொகுதியில் இரண்டாவது முறையாக வெற்றி பெற்றுள்ளார். அவருக்கு பள்ளிக்கல்வித்துறை அமைச்சர் பதவியை கொடுத்து இன்ப அதிர்ச்சி அளித்துள்ளார் முதல்வர் மு.க.ஸ்டாலின். இந்நிலையில் சென்னையில் நண்பர், உதயநிதி ஸ்டாலினை அன்பில் மகேஷ் சந்தித்தார்.

அப்போது உதயநிதியின் சேப்பாக்கம் திருவல்லிக்கேணி சட்டமன்ற உறுப்பினர் அலுவலகத்தில் வைப்பதற்கு பெரிய புகைப்படம் ஒன்றை நினைவுப் பரிசாக வழங்கினார்.

அப்புகைப்படத்தின் இடதுபுறத்தில் கலைஞர் கருணாநிதி, தளபதி ஸ்டாலினின் கன்னத்தில் முத்தமிட்டு ஆசீர்வதிக்கும் காட்சியும்,

வலதுபுறத்தில் உதயநிதி ஸ்டாலினை தளபதி ஸ்டாலின் உச்சி மோந்து ஆசீர்வதிக்கும் படமும் அழகாக வரையப்பட்டிருந்தது.

மேலும் 'மகன் தந்தைக்கு ஆற்றும் உதவி இவன் தந்தை என்னோற்றான் கொல் எனும் சொல்' என்ற திருக்குறளும் அச்சிடப் பட்டிருந்தது. இவன் தந்தை என்ன தவம் செய்தானோ என்று சொல்லும்படி நடந்து கொள்வதுதான் ஒரு மகன் தன் தந்தைக்கு செய்யும் உபகாரம் ஆகும்.

இந்த கருத்தை வெளிப்படுத்தும் வகையில் அன்பில் மகேஷ் அளித்த புகைப்படம் அமைந்திருந்தது. புகைப்படத்தை பெற்றுக்கொண்ட உதயநிதி நெகிழ்ந்து போனார்.

இந்த கவலை அன்பில் மகேஷ் தனது டுவிட்டர் பக்கத்தில் புகைப் படத்துடன் பதிவு செய்துள்ளார்.

அதில் கழக இளைஞரணி செயலாளரும் சேப்பாக்கம் திருவல்லிக்கேணி சட்டமன்ற உறுப்பினரும் உதயநிதி ஸ்டாலினின் சட்டமன்ற உறுப்பினர் அலுவலகத்திற்கு சிறப்பு மிகுந்த புகைப்படத்தை நானும், சபரீஸ் மாப்பிள்ளை அவர்களும் பரிசாக வழங்கினோம் என குறிப்பிட்டுள்ளார்.

54
உதயசூரியன் மீண்டும் உதயமாக உதயநிதி காரணம்

'**வி**மர்சனங்களுக்கு செயலால் பதில் சொல்வேன். அதனை என்னுடைய செயால் முறியடிப்பேன்.' தாரகம் மந்திரம் போல் சிரித்தபடியே கூறும் உதயநிதி ஸ்டாலின் தன்னைப் பற்றிய விமர்சனங்களுக்கு இதனையே ஆயுதமாகவும் கேடயமாகவும் பயன்படுத்துவது வழக்கம்.

இளைஞரணி பொறுப்பை நெடுங்காலம் தன் வசமே வைத்துக் கொண்டவர் தளபதி ஸ்டாலின்.

1967 ஆம் ஆண்டில் பள்ளி மாணவராக இருந்தபோது தனது நண்பர்களுடன் இணைந்து கோபாலபுரம் மாணவர் தி.மு.க என்ற அமைப்பை தொடங்கிய ஸ்டாலின் அதன் மூலம் அப்பகுதி மக்களுக்கு சேவையாற்றினார். இதுவே பிற்காலத்தில் இளைஞர் தி.மு.க என்றானது.

தி.மு.க இளைஞரணி அமைப்பு ரீதியாக 1980 ஆம் ஆண்டில் மதுரையிலே உள்ள ஜான்சிராணி பூங்காவில் தொடங்கப்பட்டது.

1982 ஆம் ஆண்டில் திருச்சியில் நடைபெற்ற 2 ஆம் ஆண்டு விழாவில் 7 பேரை கொண்ட ஒரு அமைப்புக்குழு உருவாக்கப் பட்டது. அந்த அமைப்புக்குழுவில் ஸ்டாலின் ஒரு அமைப்பாளராக நியமிக்கப்பட்டார்.

தமிழ்நாடு முழுவதும் அந்த அமைப்புக் குழு சுற்றுப்பயணம் நடத்தி, மாவட்ட ஒன்றிய நகர அளவிலும் ஒவ்வொரு ஊரிலும் இளை ஞரணியை கட்டியமைத்தார். இதனால் இவருக்கு இளைஞரணி மாநிலச் செயலாளர் பொறுப்பு தரப்பட்டது. இந்த பொறுப்பில் சிறப்பாக செயல்பட்ட ஸ்டாலின் தளபதி என்று அழைக்கப் பட்டார்.

இளைஞர்களை இயக்கத்திற்கு கொண்டு வரவேண்டும் என்பதால் தி.மு.க தலைவர் ஸ்டாலின் இளைஞரணி செயலாளர் பொறுப்பை நீண்ட காலம் தன் வசமே வைத்துக் கொண்டிருந்தார்.

அவரது தலைமையில இளைஞரணி அசுர வளர்ச்சி கண்டது. அத்தகைய அதிகார மிக்க பதவிக்கு கடந்த 2019ம் ஆண்டு ஜுலை 4ஆம் தேதியில் உதயநிதி ஸ்டாலின் நியமிக்கப்பட்டார்.

ஸ்டாலின் சந்தித்த அதே வாரிசு அரசியல் விமர்சனங்களை உதயநிதியும் பொது வெளியில் எதிர்கொண்டார்.

விமர்சனங்களை தமது துடிப்பான செயல்பாட்டின் மூலம் சுக்கு நூறாய் உடைத்தெறிந்தார் உதயநிதி ஸ்டாலின்.

பதவியேற்ற அடுத்த சில நாட்களிலேயே மாநிலம் முழுவதும் சுற்றுப்பயணம் நிர்வாகிகள் கூட்டம் என்று சுணக்கமாக இருந்த இளைஞரணியை கட்டி எழுப்பினார் உதயநிதி ஸ்டாலின்.

யாருமே எதிர்பார்க்காத வகையில் 'பொய்ப்பெட்டி என்ற நிகழ்ச்சியை நடத்தி தி.மு.க மீதும் கலைஞர் கருணாநிதி மீதும் வைக்கப்பட்ட விமர்சனங்களை தகர்த்தெறிந்தார்.

கடந்த நாடாளுமன்ற தேர்தலில் இளைஞரணி செயலாளர் உதயநிதி ஸ்டாலின் சூறாவளி பிரச்சாரம் அனைவரையும் திரும்பிப் பார்க்க் வைத்தது.

தனது சினிமா முகத்தை கட்சிக்காக உபயோகப்படுத்திக் கொண்டார் உதயநிதி.

உதயநிதி எங்கு சென்றாலும் கூட்டம் பொதுகமக்கள் மொய்த்துக் கொண்டதை பார்த்து பலரும் தங்களுக்காக பிரச்சாரம் செய்ய உதயநிதியை அழைத்தனர். சளைக்காமல் உதயநிதியும் பிரச்சாரம் செய்தார்.

நடந்து முடிந்த சட்டமன்றத் தேர்தலிலும் இளைஞரணி செயலாள ரான உதயநிதி ஸ்டாலின் பிரச்சாரம் திமுகவுக்கு பெரிதும் கை கொடுத்தது.

உழைப்பு உழைப்பு உழைப்பு. தந்தையிடமிருந்து பெற்ற வரப் பிரசாதமாக உதயநிதி உழைப்பதற்கு தயங்காதவராக இருந்து வருகிறார்.

தற்போது சட்டமன்ற உறுப்பினராக வெற்றி பெற்ற முதல் நாளில் இருந்து தனது தொகுதிக்குட்பட்ட பகுதிகளில் தொடர்ந்து விசிட் அடித்து பம்பரமாக சுழன்று வருகிறார். ஒருநாள் கூட தொகுதிக்கு போகாமல் இருந்ததில்லை.

வீடு வீடாக சென்று குறைகளை கேட்டு நடவடிக்கைகள் எடுத்து வருகிறார்.

அது மட்டுமின்றி இளைஞர் அணியையும் உயிர்ப்புடன் வைத்திருப் பதாக உடன் பிறப்புகள் பாராட்டுகளை தெரிவித்து வருகின்றனர்.

கொரோனா காலத்தில் நலத்திட்ட உதவிகள் செய்வது, உறுப்பினர் சேர்ப்பு என ஒரே சுறுசுறுப்புதான். பத்து ஆண்டுகளாக அஸ்தமித் திருந்த உதய சூரியனை உதிக்க வைத்ததில் ஸ்டாலின் புதல்வர் உதயநிதிக்கு பெரும் பங்கு இருக்கிறது என்பது முக்காலும் உண்மை.

✧

55

உள்ளாட்சி தேர்தலும் உதயநிதி மீதான எதிர்பார்ப்பும்

நடந்து முடிந்த சட்டமன்ற தேர்தலில் தி.மு.க வெற்றி பெற்றும் கூட எதிர்பார்க்கப்பட்ட பல இடங்களில் தோல்வியைத் தழுவியது.

குறிப்பாக கொங்கு மண்டலம், கோவை, கிருஷ்ணகிரி, தருமபுரி போன்ற மாவட்டங்களில் தி.மு.க.வுக்கு பெரிய சருக்கல் ஏற்பட்டது. ஆனால் இதே கிருஷ்ணகிரி தர்மபுரி மாவட்டங்களில் கடந்த தேர்தலின்போது தி.மு.க.விற்கு வாக்கு வங்கி அதிகமாகவே இருந்தது.

இந்நிலையில் ஆட்சி நாற்காலியில் அமர்ந்தாலும் தி.மு.க தோல்வி யுற்ற தொகுதிகளில் களப்பணி ஆற்ற ஒரு குழுவை நியமித்திருக் கிறார் ஸ்டாலின்.

எதிர்வரும் உள்ளாட்சித் தேர்தலை கணக்கில் கொண்டு பிற கட்சி களில் கொங்குமண்டலத்தில் வாக்கு வங்கி வைத்துள்ள நபர்களை யும், நிர்வாகிகளையும் வளைத்துப் போட்டு வருகிறது தி.மு.க.

இதற்கு பக்க பலமாக இருப்பது அமைச்சர் செந்தில் பாலாஜி. அ.தி.மு.க, அ.ம.மு.க.வில் இருந்து மாஜி எம்.எல்.ஏக்கள் மற்றும் அமைச்சர்களை தி.மு.க. பக்கம் இழுப்பதற்கு தேவையான அனைத்து முயற்சிகளையும் செய்து வருகிறார்.

ஆட்சியில் இல்லாதபோதே அப்போதைய அ.தி.மு.க. அமைச்சர்கள் மீது ஊழல் குற்றச்சாட்டுகளை கூறி வந்த ஸ்டாலின் தற்போது முதலமைச்சர் ஆன உடனே அந்த ஊழல் வழக்குகள் மீது நடவடிக்கை எடுக்கவும் ஆரம்பித்து விட்டார்.

அதன் ஒரு டிரைலர் தான் சில நாட்களுக்கு முன்பு அ.தி.மு.க முன்னாள் அமைச்சர் எம்.ஆர். விஜயபாஸ்கருக்கு சொந்தமான இடங்களில் நடந்த லஞ்ச ஒழிப்பு சோதனை.

கொங்கு மண்டலத்தை கைப்பற்றுவது தோல்விக்கான காரணங் களை கண்டறிவது மாற்றுக்கட்சி கட்சியினரை தி.மு.க. பக்கம் இழுப்பது என இவை அனைத்தையும் கையாளும் குழுவுக்கு உதயநிதி ஸ்டாலின் பங்களிப்பு முக்கியமாக கூறப்படுகிறது.

ஏற்கனவே உதயநிதியை கோவை பக்கம் சென்று சில நாட்கள் தங்கி தோல்விக்கான காரணம குறித்து ஆராய வைக்கலாம் என ஸ்டாலின் கருதுவதாக தகவல் வெளியாகியது.

இதற்கிடையில் உதயநிதியை அமைச்சராக்கும் முயற்சியும் நடை பெற்று வந்ததாகக் கூறப்படுகிறது.

ஆனால் அவரது சினிமா படப்பிடிப்பு நடந்து வரும் நிலையில் ஏற்கனவே கமிட் ஆன படங்களை முடித்துவிட்டு முழு நேரமாக அரசியலில் இறங்கும்போது அவருக்கு அமைச்சர் பதவி கடைக்க வாய்ப்புள்ளது.

அதற்கு இது போன்ற அசைன்மெண்ட்டுகளை உதயநிதி எடுத்து செய்ய வேண்டுமென ஸ்டாலின் எதிர்பார்ப்பதாக தி.மு.க வட்டாரங்கள் கூறுகின்றன.

உங்கள் ஊரில் ஸ்டாலின் என்ற திட்டத்தின் கீழ் மேற்கு மண்டலத்தில் பல புகார்கள் வந்துள்ளதாகவும், அந்தப் புகார்கள் மீது உடனடி நடவடிக்கை எடுத்து மக்கள் மனதில் நற்பெயர் வாங்கவும் முதல்வர் திட்டமிட்டுள்ளதாக தெரிகிறது.

✩

கல்லங்குடி ரயில் நிலையத்தில் உதயநிதி

திருச்சி மாவட்டம் கல்லக்குடிக்கு தி.மு.க மாநில இளைஞரணி செயலாளர் உதயநிதி ஸ்டாலின் வருகை தந்தார்.

அப்போது, கடந்த 1953 ஆம் ஆண்டு இந்தி எதிர்ப்பு போராட்டத்தின்போது தனது தாத்தா கருணாநிதி நடத்திய கல்லக்குடி பழங்காநத்தம் ரயில் நிலையத்துக்கு சென்று தனது தாத்தாவின் போராட்டங்களை நினைவு கூர்ந்து நெகிழ்ச்சி அடைந்தார்.

பின்னர் தி.மு.க இளைஞரணி செயலாளர் உதயநிதி ஸ்டாலின் செய்தியாளர்களிடம் கூறுகையில், 'இந்தி எதிர்ப்பு போராட்டத்தின் போது, எனது தாத்தா இந்த ரயில் நிலையத்தில் தண்டவாளத்தில் தலை வைத்து படுத்து ரயில் மறியல் செய்தும் ரயில் நிலையத்தில் பெயர் பலகையில் இருந்த இந்தி எழுத்துக்களை அழித்தும் போராட்டம் நடத்தினார்.

இநத ரெயில நிலையத்தை பார்க்கும் போது எனக்கு மகிழ்ச்சியாக இருக்கிறது. தற்போது தமிழகத்தில் இந்தி மொழியை நாங்கள் எதிர்க்கவில்லை. இந்தி மொழியை திணிப்பதைதான் எதிர்க்கிறோம்.

இந்தி எதிர்ப்புக்காக முன்னாள் முதல்வர் கருணாநிதி தண்ட வாளத்தில் தலைவைத்துப் படுத்து போராட்டத்தை தீவிரப்படுத்திய இடம் கல்லக்குடி ரயில் நிலையம். இந்தப் போராட்டம் அவருக்கு மிகப்பெரிய அரசியல் அங்கீகாரத்தை பெற்றுத் தந்தது.

தமிழ்நாட்டில் பாஜக இந்தி திணிப்பு முயற்சிக்கிறது. தமிழக மக்கள் அதை அனுமதிக்க மாட்டார்கள். எந்த மொழிக்கும் தி.மு.க எதிரி கிடையாது. ஆனால் மொழியைத் திணித்தால் நிச்சயம் எதிர்ப் போம்' என்றார் உதயநிதி.

பின்னர் ரயில் நிலையம் அருகே உள்ள வீடுகளுக்கு நடந்து சென்று தண்ணீர் கேட்டு குடித்துவிட்டு அப்பகுதி மக்களின் குறைகளைக் கேட்டறிந்தார். அப்போது ரயில்வே காலனி பொதுமக்கள் ரெயில்கள் வரும் நேரம் மட்டுமின்றி பகுதிக்கு தொடர்ந்து பஸ்கள் இயங்க வேண்டும் என்றும், குண்டும் குழியுமான சாலையை சீரமைக்க வேண்டும் என்றும் கோரிக்கை வைத்தனர்.

அதற்கு உதயநிதி ஸ்டாலின் தி.மு.க ஆட்சிக்கு வந்ததும் உங்கள் கோரிக்கையை நிறைவேற்றுவேன் என்று உறுதி அளித்து சென்றார்.

நீட்தேர்வுக்கு எதிராக மசோதா தாக்கல்

சட்டமன்றத்தின் விவாதத்தின்போது சேப்பாக்கம் - திருவல்லிக்கேணி எம்.எல்.ஏ உதயநிதி ஸ்டாலின் தனது கன்னிப் பேச்சை பேசினார். அவரது சட்டசபை முதல் பேச்சில் நீட்தேர்வு பற்றிதான் அதிகம் பேசினார். தமிழக மக்கள் நீட் தேர்வுக்கு எதிராக குரல் கொடுக்க வேண்டும் என்று கோரிக்கை விடுத்தார்.

நீட் தேர்வால் உயிரிழந்த மாணவி அனிதா பெயரை அரியலூர் அரசு மருத்துவ கல்லூரிக்கு சூட்ட வேண்டும் என்று உதயநிதி ஸ்டாலின் கோரிக்கை வைத்தார்.

இதற்கு பதில் அளித்து பேசினார் முதல்வர் மு.க.ஸ்டாலின். நீட் தேர்வு பாதிப்பு தொடர்பாக ஆய்வு செய்ய ஓய்வு பெற்ற நீதிபதி ஏ.கே.ராஜன் தலைமையில் அமைக்கப்பட்டுள்ளது. அந்த குழு அறிக்கையை ஆய்வு செய்து நடப்பு சட்டசபை கூட்டத் தொடரில், நீட் தேர்வுக்கு எதிராக சட்ட மசோதா தாக்கல் செய்யப்படும் என்று உறுதியளித்தார் ஸ்டாலின்.

உதயநிதி ஸ்டாலினின் கன்னிப் பேச்சு கோரிக்கைக்கு சக்சஸ் உடனே கிடைத்து விட்டது. நீட் தேர்வில் இருந்து விலக்கு பெறுவதில் தமிழ்நாடு அரசு தொடர்ந்து உறுதியாக உள்ளது என்றும் முதல்வர் தமது பதிவில் தெரிவித்துள்ளார்.

58

நாளைக்கு அவர்தான் முதலமைச்சரா வர வேண்டும்!

சேப்பாக்கம் - திருவல்லிக்கேணி தொகுதியின் சட்டமன்ற உறுப்பினரான உதயநிதி ஸ்டாலின் தொகுதிக்குட்பட்ட அனைத்துப் பகுதிகளிலும் வீடு வீடாக சென்று பொதுமக்களிடம் குறைகள் கேட்டு, பொதுமக்கள் தெரிவிக்கும் அக்குறைகள் தீர்க்கப்பட உடனுக்குடன் நடவடிக்கை மேற் கொண்டு வரும் காட்சிகளை அனைத்து ஊடகங்களிலும் பாரபட்சமின்றி வெளியிட்டு உதயநிதி ஸ்டாலின் அவர்களை வெகுவாகப் பாராட்டி வருகின்றன.

சட்டமன்ற உறுப்பினர்களுக்கெல்லாம் ஒரு சிறந்த முன்னுதாரண மாக விளங்கி வரும் உதயநிதி ஸ்டாலின் அவர்களின் மக்களின் சேவைகள் குறித்து பிஹைண்ட் வுட்ஸ் எனும் யூடியூப் சேனல் தொகுதி மக்களிடம் சிறப்பு பேட்டி கண்டு வெளியிட்டுள்ளது.

சென்னை திருவல்லிக்கேணி சேப்பாக்கம் தொகுதிக்கு உட்பட்ட பள்டர் தோட்டம் குடிசைப் பகுதியில் வசிக்கும் ஒரு பெண்மணி சட்டப் பேரவை உறுப்பினர் உதயநிதி ஸ்டாலின் பணிகளைப் பாராட்டி உணர்ச்சிப் பெருக்கால் உரையாற்றினார்.

செய்தியாளர் : உதயநிதி ஸ்டாலின் உங்கள் தொகுதி முழுக்க பார்வையிட்டு பணிகளை மேற்கொண்டுள்ளார். அது குறித்து நீங்கள் என்ன சொல்ல விரும்புகிறீர்கள்?

பெண்மணி : மிக மிக உற்சாகமாக இருந்தது எனக்கு. அதை நினைக்க நினைக்க எனக்கு சாப்பாடு சாப்பிட்டது போன்று இருந்தது. இரவில்கூட நான் உணவு உட்கொள்ளவில்லை. அந்த நினைப்பிலேயே நான் இருக்கிறேன்.

எந்த ஆட்சியிலும் இது போன்று வீடு வீடாக சென்று யாரும் பார்த்தது கிடையாது. இந்தக் குழந்தை (உதயநிதி ஸ்டாலின்) பார்த்து இருக்கிறதே. அந்தத் தெம்பே எனக்குப் போதும். இது போன்று யாரும் செயல்பட்டது இல்லை. எனக்கு 57 வயதாகிறது. எத்தனையோ கட்சிக்காரர்கள் இதற்கு முன் வந்திருக்கிறார்கள். அவர்கள் எல்லாம் சாலை முனையோடு திரும்பிப் போய் விடுவார்கள்.

ஆனால் இந்தப் பிள்ளைதான் ஒவ்வொரு வீடுவீடாகச் சென்று மக்களுடைய கஷ்டங்களைப் பார்வையிட்டு சென்றவர் இவர் ஒருவர்தான். மின்சார வசதி இல்லாமல் நாங்கள் இருந்தோம். எங்கள் பிள்ளையை நாங்கள் தூக்கி விட்டிருக்குறோம். கைகளில் புதையல் கிடைத்தது போன்று இருந்தது.

செய்தியாளர் : அந்த வீடியோவை நானும் பார்த்தேன். நீங்கள் மிகவும் உணர்ச்சி வசப்பட்டு அவரைக் கட்டித் தழுவினீர்களே....?

பெண்மணி : எனக்கு கையும் ஓடவில்லை காலும் ஓடவில்லை. குழந்தை வந்து நின்றால் என்ன செய்வோம்? புதையல் கைகளில் கிடைத்தது போன்று இருந்தது. ஆட்டம் என்றால் ஆட்டம். அது போன்ற ஆட்டம். சேர்த்துப் பிடித்துக் கொண்டேன் என்னுடைய குழந்தையை.

செய்தியாளர் : என்ன சொன்னார் அவர்? அவரிடம் ஏதும் பேசினீர்களா?

பெண்மணி : எனக்கு கையும் ஓடலை, வாயும் வரவில்லையே எனக்கு. எல்லாரும் தூரத்தில் இருந்து தான் பார்த்தோம். இந்தக்

கொரோனா காலகட்டத்தில், வீடுவீடா வந்து இந்த சேரில அந்தக் குழந்தை வந்ததே எங்களுக்கு எப்படி இருந்திருக்கும் என்று நீங்கள் நினைத்துப் பாருங்கள்.

செய்தியாளர் : இதற்கு முன் இவரை போல யாராவது நேரடி யாக வந்து உங்களுடைய நிறைகுறைகளை கேட்டதுண்டா?

பெண்மணி : இல்லை இந்த ஒரு பிள்ளைதான் எங்களை சந்தித்து எங்களுடைய குறைகளைக் கேட்டது. எங்களுக்கு எப்படி இருந் திருக்கும் என்று நினைத்துப் பாருங்கள்.

கோடான கோடி ஜனங்களுக்கு ஒரே குஷி. நான் விடுவேனா அந்தக் குழந்தையை சேர்த்துப் பிடித்து தொள்ளாயிரம் முத்தம் கொடுக்க வேண்டும் அல்லவா?

செய்தியாளர் : இந்தப் பகுதியில் உள்ள பிரச்சனைகள் குறித்து அவரிடம் யாராவது சொன்னீர்களா? ஏனென்றால் அவரே இங்கே வந்து நேரில் பார்த்தார் அல்லவா?

பெண்மணி : அவரிடம் நாங்கள் எங்களுடைய குறைகளைப் பற்றி சொன்னோம். இருட்டில் நாங்கள் இருக்கிறோம். சாக்கடை நீரினால் கொசுத் தொல்லையிலும் அவதியுறுகிறோம் என்றோம்.

மின்சாரம் வரும். உங்களுடைய குறைகள் நிவர்த்தி செய்யப்படும் என்றார். அரசு மின்சார வயரில் வயர் போட்டு எடுத்தால்தான் எங்களுக்கு மின்சார வசதி, அதுவும் காலை 5.30 மணிக்கு அந்த மின்சாரமும் நின்று விடும்.

வெயில் காலத்தில் அதற்கும் சிக்கல் ஏற்படும். இருட்டில் கிடந் தோம். இந்த மக்கள் இப்படி அவதியுறுகிறோமே என்று கேட்ட தற்கு எந்த நாதியும் கிடையாது. இந்தக் குழந்தை வந்தவுடன்தான் எங்களுடைய குறைகள் எல்லாம் நிவர்த்தி செய்யப்படுகின்றன.

செய்தியாளர் : இந்தத் தொகுதியில் நிற்கிறேன் என்று அவர் சொன்ன வுடன் நீங்கள் அவர்தான் உங்கள் தொகுதியில் வெற்றி பெற வேண்டும் என்று நினைத்தீர்களா?

பெண்மணி : இவர் வெற்றி பெற வேண்டும் என்று தான் நாங்கள் நினைத்தோம். தெய்வத்திடம் எல்லாம் வேண்டிக் கொண்டோம், ஜெபம் செய்தோம். அவர் வெற்றி பெற்று விட்டார். இதைவிட எங்களுக்கு என்ன வேண்டும் குறைகளை கேட்டது சந்தோஷமாக இருக்கிறது.

செய்தியாளர் : இந்தத் தொகுதியில் உதயநிதி ஸ்டாலின் அவர்கள் பிரச்சாரம் தொடங்கிய முதல் நாள் வரை இன்று வரை எல்லா இடங்களுக்கும் சென்று பார்வையிடுகிறார். பொதுமக்களிடம் குறைகளை கேட்கிறார் என்பதை நினைத்தால் உங்களுக்கு எப்படி இருக்கிறது?

இவர் வாரிசு அரசியல் அடிப்படையில் அரசியலுக்கு வந்திருக்கிறார் என்று சொல்கிறார்களே அது உண்மையா! நிஜமாகவே அவர் தொகுதிக்கு வேண்டியவற்றை செய்கிறாரா?

பெண்மணி : அவருடைய தாத்தா முதலமைச்சராக இருந்ததையும் பார்த்திருக்கிறோம். உதயநிதி ஸ்டாலின் அவர்களுடைய உழைப்பால்தான், திறமையால் தான் அவர் அரசியலுக்கு வந்திருக்கிறார். நாளைக்கு அவர்தான் முதலமைச்சரா வரவேண்டும்.

செய்தியாளர் : ஒரு அரசியல் குடும்பத்திலிருந்து உதயநிதி ஸ்டாலின் வந்திருக்கிறார். அப்படியென்றால் அவர் எந்த அளவிற்கு அனுபவ சாலியாக இருப்பார் என்று நினைக்கிறீர்களா?

பெண்மணி : அவருடைய தாத்தா மிகப்பெரிய புத்திசாலி, அவருடைய பேரனாயிற்றே. அனுபவம் இல்லாமலா இருக்கும்? முரசொலி படிக்கின்ற எங்களுக்கே இந்த அளவிற்கு அனுபவம் இருக்கிறது என்றால் அவருடைய பேரனுக்கு அனுபவம் இல்லாமல் இருக்குமா? இரண்டு மடங்கு அனுபவம் இருக்குமே. இதில் எந்தவித மாற்றமும் கிடையாது.

செய்தியாளர் : கலைஞர் அவர்களுடைய ஆட்சி இப்பொழுது மு.க.ஸ்டாலின் அவர்களுடைய ஆட்சி. இவர்களை விட உதயநிதி ஸ்டாலின் அவர்கள் சிறப்பாக செயல்படுவாரா?

பெண்மணி : அவருடைய தாத்தாவை விட அப்பாவை விட மிக சிறப்பாக இந்தப் பிள்ளை செயல்படும் என்று எங்களுக்கு மிகப் பெரிய நம்பிக்கை இருக்கு.

எங்களுக்கெல்லாம் வீடு கட்டித் தர்றேன் என்று சொல்லியிருக்கிறார்கள் கண்டிப்பாக அதன்படியே அவர் செயல்படுவார். இதுதான் இந்தப் பகுதி மக்களுடைய ஆசையாகும்.

செய்தியாளர் : இந்தப் பகுதி மக்கள் வீடுக் கட்டித் தர வேண்டும் என்று சொல்லியிருக்கிறீர்களே அதற்கு அவர் என்ன சொன்னார்?

பெண்மணி : கட்டித் தருகிறேன் என்று சொல்லி இருக்கிறார்.

செய்தியாளர் : அதற்கான நடவடிக்கையை எடுத்திருக்கிறார்களா?

பெண்மணி : ஆமாம். வீடுவீடாகச் சென்று பெயர்களை எழுதிக் கொண்டு சென்றிருக்கிறார்கள். இந்தக் குழந்தை வெற்றி பெற்றவுடன் இந்த நடவடிக்கைகளை மேற்கொண்டிருக்கிறார். அதிகாரிகள் யாரும் இன்னும் வரவில்லை.

செய்தியாளர் : எப்போது கட்டித் தருவோம் என்று சொல்லியிருக்கிறார்களா?

பெண்மணி : அது குறித்து எதுவும் சொல்லவில்லை. ஒரு வீட்டில் எத்தனை பேர் இருக்கிறார்கள் என்கிற விவரங்களை மட்டும்தான் எழுதிக் கொண்டு போயிருக்கிறார்கள். அதிகாரிகள் யாரும் இன்னும் வரவில்லை.

செய்தியாளர் : அன்றைக்கு உதயநிதி ஸ்டாலின் அவர்களைப் பார்த்த உற்சாகத்தில் அவரிடம் எவ்வளவோ சொல்ல நினைத்திருப்பீர்கள். ஆனால் சொல்வதற்கு வார்த்தை வராமல் அவரை கட்டித் தழுவினீர்கள். அவரிடம் சொல்ல நினைப்பது என்ன?

பெண்மணி : அந்தப் பிள்ளை இந்தப் பகுதியில் வீடு வீடாக வந்து பார்த்தார். அதுபோல அவருடைய வீட்டிற்கு நாங்கள் எல்லாம் சென்று அவருடைய குடும்பத்தினரோடு ஒரு போட்டோ எடுத்துக் கொள்ள வேண்டும்.

அப்படியில்லை என்றால் கூட நான் அவர்களோடு ஒரு போட்டோ பிடித்துக் கொள்ள வேண்டும். அது போதும். ஆனால் வீடு கட்டிக் கொடுக்கும் என்னுடைய குழந்தை.

செய்தியாளர் : அவருடைய வீட்டிற்குப் போய் போட்டோ எடுக்க வேண்டும் என்கிற ஆர்வம் உங்களுக்கு இருக்கிறது அல்லவா? தனிப்பட்ட முறையில் மட்டுமல்ல நிஜத்திலும் உதவி செய்கிறாரா?

பெண்மணி : ஆமாம். இங்கே அவரை கட்டிப்பிடித்ததற்கே அத்தனை தொலைபேசி அழைப்புகள் வந்தது. அவருடைய வீட்டுக்கு சென்று போட்டோ எடுத்து விட்டேன் என்றால் என்னை டாப் டக்கர் ஆக்கி விடுவார்கள்.

செய்தியாளர் : அந்தச் சம்பவம் நடந்ததற்குப் பிறகு எவ்வளவு சந்தோஷமாக இருக்கிறது உங்களுக்கு?

பெண்மணி : எனக்கு மிகவும் உற்சாகமாக இருக்கிறது.

☼

59

மோசமான கழிவறை முகம் சுளிக்காத உதயநிதி

தமிழ்நாட்டில் நடந்து முடிந்த சட்டசபை தேர்தலில் தி.மு.க வெற்றி பெற்று ஆட்சியைப் பிடித்தது.

தி.மு.க தலைவர் மு.க.ஸ்டாலின் முதலமைச்சராக பதவியேற்றார். அவரது மகனும் தி.மு.க இளைஞரணி செயலாளருமான உதயநிதி ஸ்டாலின் முதல் முறையாக சட்டசபை தேர்தலில் களம் இறங்கி வெற்றி பெற்றார்.

தனது தாத்தா கலைஞர் கருணாநிதியின் கோட்டையான சேப்பாக்கம் தொகுதியில் மிகப்பெரிய வாக்கு வித்தியாசத்தில் உதயநிதி ஸ்டாலின் வெற்றி பெற்றார்.

பொதுவாக எல்லா எம்.எல்.ஏக்களுமே ஜெயித்த பின் நன்றி தெரிவிப்பதற்காக ஒரு முறை தொகுதிக்கு செல்வார்கள்.

அதன்பிறகு ஏதேனும் பெரிய பிரச்சனை என்றால் மட்டும் அந்த இடத்திற்கு செல்வார்கள். மற்றபடி தொகுதியில் எல்லா இடங்களுக்கும் சென்று பிரச்சனைகளை தேடிக் கண்டுபிடித்து சரிசெய்ய உத்தரவிட மாட்டார்கள்.

ஆளும் கட்சியாக இருந்தாலும் சரி எதிர்க்கட்சியாக இருந்தாலும் சரி எல்லா எம்.எல்.ஏக்களுமே இப்படித்தான் இருப்பார்கள்.

ஒரு சிலர் மட்டும் விதிவிலக்காக அவ்வப்போது தொகுதிக்கு சென்று மக்களிடம் மனுக்களை வாங்கி குறைகளை தீர்த்து வைப்பார்கள்.

ஆனால் சேப்பாக்கம் திருவல்லிக்கேணி தொகுதியில் எம்.எல்.ஏ வாக வெற்றி பெற்றுள்ள உதயநிதி ஸ்டாலினின் செயல் சொந்தக் கட்சி யினரையும், அரசு அதிகாரிகளையும் ஆச்சர்யத்தில் ஆழ்த்தியுள்ளது.

தொகுதிக்குள் தினசரி சென்று குறைகளை கேட்டு அந்தக் குறையை அதிகாரிகள் சரி செய்தார்களா என்பதை ஆய்வு செய்து வருகிறார்.

ஏழைகள் அதிகம் உள்ள குடிசை மாற்று குடியிருப்புகள் மற்றும் அன்றாடம் கூலி வேலை செய்யும் மக்கள் அதிகம் உள்ள பகுதி களுக்கு சென்று நலத்திட்ட உதவிகளை செய்து வருகிறார் உதயநிதி ஸ்டாலின்.

கழிவறை மோசமாக உள்ளது என்ற புகாரைக் கேட்டு அதை உள்ளே எட்டிப் பார்த்து சரி செய்ய உத்தரவிட்டார். இவையெல்லாம் எந்த எம்.எல்.ஏ.யும் செய்யாத ஒன்று.

நாளொன்றுக்கு அவர் எத்தனை வீடுகளுக்கு சென்று குறை கேட்டு தீர்க்கிறார் என்பதற்கு கணக்கே இல்லை.

தொகுதி மக்களிடம் தடுப்பூசி போடுங்கள் என்று வீடு வீடாக சென்று பிரச்சாரம் செய்து வருகிறார் உதயநிதி.

மொத்தமாக சொல்வதென்றால் ஒரு வார்டு கவுன்சிலர் போல தெருத் தெருவாக தண்ணீர், குப்பை, கழிவறை, வறுமை, காவல் துறை கெடுபிடிகள் எந்த பிரச்சனை இருந்தாலும் முதல் ஆளாக அவர் வந்து நின்று விடுகிறார்.

இவ்வளவு தூரம் உதயநிதி ஸ்டாலின் இறங்கி வேலை செய்ய வேண்டியதன் அவசியம் என்ன?

எம்.எல்.ஏவாக மற்றவர்களைப் போல் இல்லாமல் வித்தியாசமாக இருப்பதற்கு என்ன காரணம்?

மொத்த தொகுதி மக்களும் தன்னைப் பற்றி பேசுவதை தாண்டி, தமிழகம் முழுவதுமே இப்படியொரு எம்.எல்.ஏ. நமக்கு இருந்திருந்தால் நன்றாக இருக்குமே என்று ஏங்க வைக்கும் அளவுக்கு அவர் வேலை செய்ய என்ன காரணம்?

வருங்கால அரசியலை மனதில் வைத்தே உதயநிதி ஆரம்பத்திலே இறங்கி அடிப்பதாக அரசியல் நிபுணர்கள் கூறுகிறார்கள்.

ஒரு எம்.எல்.ஏவாக இவர் வாங்கும் மதிப்பெண் அடுத்து அமைச்சராக உதவும். அதன் பின்னர் ......

✡

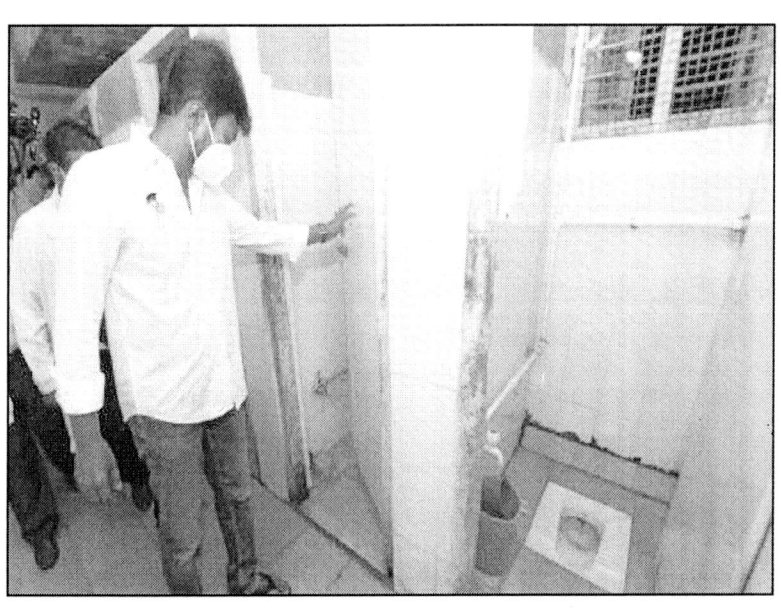

அம்மா உணவகத்தில் ஆய்வு

சேப்பாக்கம் - திருவல்லிக்கேணி தி.மு.க எம்.எல்.ஏ உதயநிதி ஸ்டாலின் அத்தொகுதியில் ஒவ்வொரு வீடாக சென்று மக்களின் குறை கேட்டு வருகிறார்.

அதே போல் சிந்தாரிப்பேட்டை, ராயப்பேட்டை, ஜாம்பஜார் ஆகிய பகுதிகளுக்கு சென்று வந்த உதயநிதி ஸ்டாலின் அங்குள்ள மக்களுக்கு நிவாரணமாக அரிசி, பருப்பு, எண்ணெய் உள்ளிட்ட மளிகைப் பொருட்களை வழங்கி வந்தார்.

இந்நிலையில் திருவல்லிக்கேணி பகுதி காட்டுகோவில் தெரு அம்மா உணவகத்தில் ஆய்வு மேற்கொண்ட உதயநிதி சாப்பாட்டின் தரத்தை அறிய அங்குள்ள உணவை சாப்பிட்டு பார்த்தார்.

அத்துடன் உணவகத்தை தூய்மையாக பராமரிக்க வேண்டும் என்றும் அங்குள்ள ஊழியர்களுக்குத் தேவையான தினசரி வருவாய் பொருட்கள் குறித்தும் ஆய்வு செய்துள்ளார்.

அத்துடன் திருவல்லிக்கேணி பகுதி 119, அ வட்டம் பனதெரு பகுதியில் கொரோனா தடுப்பூசி முகாமை தொடங்கி வைத்தார்.

இங்கு முகாமில் பங்கேற்றவர்களை உற்சாகப்படுத்தும் வகையில் கொரோனா ஊரடங்கு கால நிவாரண பொருட்களை வழங்கினார்.

குப்பை கூடங்கள் நிறைந்த பகுதியானாலும் சரி, சாக்கடைகள் தேங்கிக் கிடக்கும் தெருக்களானாலும் சரி, சங்கோஜமின்றி நடந்து சென்று சம்பந்தப்பட்ட அதிகாரிகளையும் அழைத்து உடனடியாக அவைகளை சரி செய்ய உத்தரவிட்டு வருகிறார்.

தி.மு.க ஆட்சி பொறுப்பேற்ற அடுத்த தினங்களில் இதே அம்மா உணவகத்தில் தி.மு.க.வினர் சிலர் உள்ளே, நுழைந்து ரகளை செய்த போதுகூட ஸ்டாலின் தன்னுடைய கட்சிக்காரர்களைத் தான் கண்டித்தாரே தவிர, அம்மா உணவகத்துக்கு ஒரு சேதாரமும் வர விடவில்லை.

இத்தனைக்கும் கலைஞர் உணவகம் என்ற ஒன்றை விரைவில் கொண்டு வரப்போவதாகவும் ஸ்டாலின் அறிவித்திருந்தார்.

இப்படி எந்தவித கட்சி பேதமுமின்றி தந்தையும் மகனும் மாறிமாறி மக்கள் நலனில் அக்கறை காட்டி வருவதை நினைத்து அனைத்து பொது மக்களும் புளகாங்கிதம் அடைந்து வருகின்றனர்.

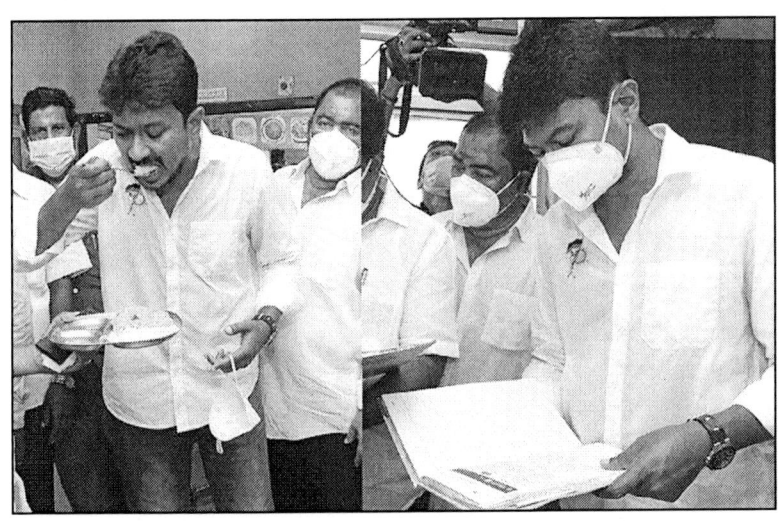

61

தறிமேடையில் அமர்ந்து நெசவாளர் குறை கேட்டார்

காஞ்சிபுரம் மாவட்டத்தில் காஞ்சிபுரம், உத்திரமேரூர், சட்டப் பேரவை தொகுதிகளில் மூன்றாம் கட்ட தேர்தல் பரப்புரையை தொடங்கிய தி.மு.க இளைஞரணி செயலாளர் உதயநிதி ஸ்டாலின் அண்ணா நினைவு இல்லத்திலுள்ள அண்ணா உருவச்சிலைக்கு மாலை அணிவித்து தன் பரப்புரையை தொடங்கினார்.

பட்டு நகரமான காஞ்சிபுரத்தின் பிரதான பாரம்பரிய மிக்க தொழிலான நெசவுத் தொழிலில் உள்ள பிரச்சனைகள் குறித்து அறிய நெசவாளர்கள் மிகுதியாக உள்ள காஞ்சிபுரம் பிள்ளையார் பாளையத்திற்கு சென்ற அவர் நெசவாளர் ஒருவரின் வீட்டிற்கு சென்று உரையாடினார்.

தொடர்ந்து நெசவுத்தறியில் அமர்ந்தவாறு நெசவாளர்களின் குறைகளைக் கேட்டறிந்து தி.மு.க ஆட்சிக்கு வந்தவுடனே நெசவாளர்களின் அனைத்து கோரிக்கைகளும் நிச்சயம் நிறைவேறும் என உறுதியளித்தார்.

☼

62
உதயநிதி எங்கோ இருப்பவன் அல்ல

சேப்பாக்கம் - திருவல்லிக்கேணி தொகுதி தி.மு.க வேட்பாள ராக போட்டியிட்ட உதயநிதி ஸ்டாலின் தமிழகம் முழுவதும் பிரச்சாரத்தில் பிசியாக இருந்ததால் தனது தொகுதிக்கு குறைந்த நாட்களே வர முடிந்தது.

அதனால் இளைஞரணியின் மாநிலத் துணைச் செயலாளர்களான அசன் முகமது ஜின்னா, ஜோயல் ஆகிய இருவரிடமும் தனக்கான பிரச்சாரப் பெறுப்பை ஒப்படைத்திருந்தார் உதயநிதி.

மேலும் உதயநிதியின் தலைமை ஏஜென்ட்டாக அசன் முகமது ஜின்னாதான் செயல்பட்டிருக்கிறார். உதயநிதி ஸ்டாலின் தமிழகத்தின் பல பகுதிகளில் பிரச்சாரத்துக்கு சென்றதால் அவரது தொகுதியில் கூடுதல் கவனமெடுத்து தேர்தல் வேலைகளைச் செய்தார்கள் இவர்கள்.

இந்த நிலையில் தேர்தல் முடிந்த பிறகு ஒரு சில நாட்களில் ஜின்னா, ஜோயல் ஆகியோரின் வீடுகளுக்கு நேராகச் சென்ற உதயநிதி ஸ்டாலின் தனக்காக சேப்பாக்கம் திருவல்லிக்கேணி தொகுதியில்

உழைத்தமைக்காக நன்றி தெரிவித்தார். அவர்களின் குடும்பத்தின ருடன் சிறிது நேரம் செலவிட்டார்.

இவர்கள் மட்டுமல்ல, இவரது தொகுதிக்குட்பட்ட தி.மு.க.வின் இரண்டு பகுதி செயலாளர்கள், தலா ஏழு என 14 வட்டச் செயலாளர்கள் இளைஞரணி, மகளிரணி, வழக்கறிஞர் அணி, மாணவரணி, சிறுபான்மை அணி என ஒவ்வொரு அணியைச் சேர்ந்த நிர்வாகிகள் வீட்டுக்கும் நேரில் செல்வதை மட்டுமே சில நாட்கள் முழு பணியாக வைத்துக் கொண்டார் உதயநிதி.

ஒவ்வொரு நிர்வாகி வீட்டுக்கும் சென்று அவர்களுக்கு நன்றி தெரிவித்து, நிர்வாகிகளின் குடும்பத்தினர் குழந்தைகளோடு பேசி கட்சியினருக்கு ஊக்கத்தை அளித்துச் சென்றிருக்கிறார்.

“தேர்தலில் வெற்றி பெற்ற பிறகு நன்றி சொல்லக் கூட நல்ல நாள் பார்த்துக் கொண்டிருக்கும் இன்றைய அரசியல் உலகில் தான் போட்டியிட்ட தொகுதியில் பணியாற்றிய அனைத்து நிலை நிர்வாகி களுக்கும் நன்றி தெரிவிப்பதற்காக ஒவ்வொருவர் வீட்டுக்கும் சென்ற உதயநிதி ஸ்டாலின் பண்பு கட்சிக்குள் பலத்த வரவேற்பை ஏற்படுத்தியுள்ளது.”

‘உதயநிதி என்றால் எங்கோ இருப்பவன் என்று நினைத்து விடா தீர்கள். எப்போது வேண்டுமானாலும் என்னைத் தொடர்பு கொள்ளுங்கள். என்ன குறை இருந்தாலும் சொல்லுங்கள். நான் நிவர்த்தி செய்கிறேன்’ என்று தெரிவித்துவிட்டு சென்றிருக்கிறார் உதயநிதி.

☼

63

முன்னாள் தி.மு.க எம்.எல்.ஏ நினைவு தினத்தில்.....

தமிழக சட்டமன்றத் தேர்தல் நெருங்கி வரும் நிலையில் தேசிய மற்றும் மாநில அரசியல் கட்சிகள் பிரச்சாரத்தை தொடங்கி யுள்ளனர்.

குறிப்பாக தமிழகத்தின் பிரதான கட்சிகளான தி.மு.க., அ.தி.மு.க உள்ளிட்ட கட்சிகளின் தலைவர்கள் தேர்தல் பிரச்சாரத்தில் தீவிரமாக ஈடுபட்டுள்ளனர்.

அதன் தொடர்ச்சியாக தி.மு.க. கட்சியின் இளைஞர் அணிச் செயலாளர் உதயநிதி ஸ்டாலின் மாவட்டம்தோறும் சென்று மக்களை நேரடியாக சந்தித்து தேர்தல் பிரச்சாரத்தில் ஈடுபட்டு வருகிறார்.

இவர் கடந்த பிப்ரவரி 3, 4 ஆகிய தேதிகளில் காஞ்சிபுரம் மாவட்டத்தில் தேர்தல் பிரச்சாரம் மேற்கொண்டார்.

காஞ்சிபுரம் வடக்கு ஒன்றியச் செயலாளரான பி.எம்.குமாரின் தந்தை பி.முருகேசன் தி.மு.க கட்சியின் ஆரம்ப காலத்து தொண்டர். இவருக்கு அறிஞர் அண்ணாவின் தலைமையில் திருமணம் நடந்தது.

1960 ஆம் ஆண்டு ஒன்றிய துணை சேர்மனாக இருந்தபோது அப்பகுதியில் நீண்ட நாள் பிரச்சனையான குடிநீர் பிரச்சனையை தீர்த்து வைத்தார். மேலும் மிசா காலத்தில் சிறைக்குச் சென்றார். காஞ்சிபுரம் சட்டமன்ற தொகுதியின் இரண்டு முறை எம்.எல்.ஏ ஆக பதவி வகித்தார். இவர் கடந்த சில ஆண்டுகளுக்கு முன்பு மறைந்தார்.

மறைந்த பி.முருகேசனின் நினைவு தினத்தை குறித்தும், அவர் ஆற்றிய பணிகள் குறித்தும் அறிந்த உதயநிதி ஸ்டாலின் தேர்தல் பிரச்சாரப் பயணத்தின்போது அவரின் வீட்டுக்குச் சென்று மரியாதை செய்யப் போவதாக அறிவித்ததுடன், ரகசியமாக அந்த குடும்ப நபர்களுக்கு மட்டும் தகவல் சொல்ல, செய்தவறியாமல் குடும்பத்தினர் அவசர ஏற்பாடுகள் செய்தனர்.

அதற்கு முன் உதயநிதியின் மெய்க்காப்பாளர்கள் பி.எம். குமாரின் வீடான காஞ்சிபுரத்தை அடுத்த மேல் ஒட்டிவாக்கம் வந்து குடும்பத்தார் மட்டும் உள்ளே இருக்க அனுமதித்தனர்.

பின்னர் உதயநிதி ஸ்டாலின் மதியம் 12 மணியளவில் மேல் ஒட்டி வாக்கத்தில் உள்ள பி.முருகேசனின் வீட்டுக்கு வந்து அவரின் படத்திற்கு மாலை அணிவித்து மரியாதை செய்தார்.

பின்னர் குடும்பத்தாரிடம் நலம் விசாரித்து விட்டு முருகேசனின் மனைவி ராணி முருகேசனுடன் கலந்துரையாடி விட்டு அடுத்த கட்டப் பிரச்சாரத்துக்கு கிளம்பிச் சென்றார்.

இந்த நிகழ்வு குறித்து பேசிய பி.எம். குமார், 'நான் ஒரு பாரம்பர்ய தி.மு.க கட்சியின் குடும்பத்தை சேர்ந்தவன். என் அப்பாவின் நினைவு நாள் வழக்கம் போல மலர் மாலை செலுத்துவது வழக்கம். ஆனால் சற்றும் எதிர்பாராத இந்த நிகழ்வு மேலும் எங்களுக்கு வலு சேர்க்கிறது' என்றார் புன்னகையுடன்.

☼

நடுரோட்டில் புதுமணத் தம்பதியருக்கு வாழ்த்து

விடியலை நோக்கி ஸ்டாலின் குரல் என்ற முழக்கத்தோடு பல்வேறு மாவட்டங்களில் சுற்றுப் பயணம் மேற்கொண்டு வரும் தி.மு.க இளைஞரணி செயலாளர் உதயநிதி ஸ்டாலின், இரண்டு நாள் கரூர் மாவட்டத்தில் சுற்றுப்பயணம் மேற்கொண்டார்.

தரகம்பட்டியில் பிரச்சாரம் மேற்கொண்ட பிறகு வெள்ளியணை நோக்கி சென்றபோது சாலை ஓரத்தில் இருந்த ஒரு திருமண மண்டபத்தில் சுண்டுக்குளிபட்டியைச் சேர்ந்த பொறியாளர் அன்பழகன் அதே பகுதியைச் சேர்ந்த துர்கா தேவி ஆகியோருக்கு திருமணம் நடந்துள்ளது.

உதயநிதி ஸ்டாலின் வருவதை அறிந்த புதுமணத் தம்பதியினர் மணக்கோலத்தில் மண்டபத்தை விட்டு வெளியே வந்து நடுரோட்டில் காத்திருந்தனர்.

அவர்களைப் பார்த்த உதயநிதி ஸ்டாலின் வாகனத்தை நிறுத்தச் சொல்லி வாகனத்திலிருந்து கீழே இறங்கி வந்து மணமக்களை வாழ்த்தினார். மணமக்களுடன் புகைப்படம் எடுத்துக் கொண்டார்.

இதனால் மணமக்களும், அவர்களது குடும்பத்தினரும் மகிழ்ச்சியில் நெகிழ்ச்சி அடைந்தனர்.

அப்போது ஒரு சிறுமி உதயநிதி ஸ்டாலினுக்கு பூஞ்செடியை பரிசளித்து மகிழ்வித்தார்.

மேலும் திருமணத்திற்கு வந்திருந்த இளம் பெண்கள் சிலர் உதயநிதி யுடன் செல்பி எடுக்க போட்டி போட்டுக் கொண்டு வந்த அவர்களுடன் செல்பி எடுத்துக் கொண்டு அனைவருக்கும் வாழ்த்து சொல்லி சென்றார்.

✺

65
ஒரு வார்த்தை.... தடாலடி உதவி!

சேப்பாக்கம் தொகுதி உதயநிதி ஸ்டாலின் தன் தொகுதி களையும் தாண்டி பிற மாவட்டங்களிலும் மக்கள் நலனில் கவனம் செலுத்தி வருகிறார். அந்த வகையில் இவர் பாணி அரசியலை பலரும் உற்றுநோக்கியே வருகின்றனர்.

சமீபத்தில் திட்டக்குடியில் தி.மு.க சார்பில் நலத்திட்ட உதவிகளை வழங்கும் நிகழ்ச்சி நடந்தது. தொழிலாளர் நலத்துறை அமைச்சர் சி.வெ.கணேசன் தலைமையில் இந்த நிகழ்ச்சி நடைபெற்றது.

இதில் முடிதிருத்தும் தொழிலாளர்கள், ஆட்டோ, கார், வேன் ஓட்டுநர்கள், சலவைத் தொழிலாளர்கள் மற்றும் மாற்றுத் திறனாளிகள் என 2500 பேருக்கு நலத்திட்ட உதவிகளை தி.மு.க சட்டமன்ற உறுப்பினர் உதயநிதி ஸ்டாலின் வழங்கினார்.

இதற்குப் பிறகு திட்டக்குடி வெல்லிங்டன் ஏரியை உதயநிதி ஸ்டாலின் சம்பந்தப்பட்ட அதிகாரிகளுடன் பார்வையிட சென்றார். அதற்கு அங்கிருந்த விவசாயிகள், 'இந்த ஏரி பல வருடமாக தூர் வாராமலேயே இருக்கிறது. இந்த ஏரியின் கரைகளையும் பலப்

படுத்தி பல காலமாகி விட்டது. இது சம்மந்தமாக எத்தனையோ முறை அதிகாரிகள் கிட்ட மனு தந்தோம். ஆனால் இதுவரை நடவடிக்கை எடுக்கவில்லை. இப்ப கூட நீங்க வந்திருக்கீங்க, எங்க குறைகளை கேக்கறீங்க. ஆனால் நடவடிக்கை எடுப்பீங்களான்னு கூட எங்களுக்கு தெரியாதே' என்றனர்.

உதயநிதி தங்கள் ஊரில் உள்ள ஏரியை பார்க்க வந்திருக்கிறார் என்று தெரிந்ததுமே அந்த கிராம மக்கள் திரண்டு வந்தனர்.

மக்கள் தன்னை தான் சந்திக்க வந்துள்ளனர் என்பதை அறிந்து கொண்ட உதயநிதியும் அவர்களிடம் தானாகவே சென்று இங்கே என்னென்ன குறைகள் இருக்கிறது? என்று கேட்டறிந்தார்.

விவசாயிகள் இப்படி சொல்வார்கள் என்று உதயநிதியே எதிர் பார்க்கவில்லை. அதனால் உடனடியாக அந்த ஏரியை தூர் வாரும் நடவடிக்கையை மேற்கொள்ளும்படி அங்கிருந்த அதிகாரிகளுக்கு சொன்னார்.

அடுத்த இரண்டு மணிநேரத்தில் அந்த ஏரி தூர் வாரும் பணியையும் துவக்கி வைத்து விட்டார்.

அத்துடன் விவசாயிகள் சொன்ன அனைத்து கோரிக்கை மனுக்களை யும் அரசின் கவனத்திற்கு கொண்டு செல்கிறேன் என்று உறுதி தந்து அந்த மனுக்களை அதிகாரிகளிடம் தந்தார்.

ஒரு வார்த்தை சொன்னதுமே உதயநிதி இப்படி அதிரடியில் இறங்கி விட்டாரே என்று கிராம மக்கள் நெகிழ்ந்து போய் விட்டனர்.

☼

கொட்டும் மழையில் குறைகளைக் கேட்கும் உதயநிதி

சேப்பாக்கம் - திருவல்லிக்கேணி தொகுதி எம்.எல்.ஏவாக தேர்ந்தெடுக்கப்பட்டது முதல் தொகுதிக்குள் பம்பரமாக சுழன்று வேலை பார்த்து வருகிறார் உதயநிதி ஸ்டாலின்.

இந்த நிலையில்தான் அவர் ஏற்கனவே ஒப்பந்தமாகியிருந்த ரெட் ஜெயன்ட் தயாரிப்பு நிறுவனத்தின் படம் ஒன்றில் நடிக்க கால்ஷீட் ஒதுக்கியுள்ளார்.

இதையடுத்து அவர் தீவிர அரசியலிலிருந்து சில நாட்கள் பிரேக் எடுப்பார் என்று கூறப்பட்டது. ஆனால் தனது சூட்டிங் வேலைகளை ஒதுக்கி தள்ளிவிட்டு கட்சி தொண்டர் உயிரிழந்த நிகழ்வுக்கு அவர் சென்றதும் கொட்டும் மழையில் அவர் கட்சியினரோடு அந்த அஞ்சலி நிகழ்ச்சியில் பங்கேற்றதோடு மக்களையும் சந்தித்து குறைகளை கேட்டறிந்ததும் தி.மு.க வட்டாரத்தில் பரபரப்பாக பேசப்படுகிறது.

பூவிருந்தவல்லி ஒன்றியப் பாரிவாக்கம் பகுதியைச் சேர்ந்தவர் மோகன். தி.மு.க கிளைச் செயலாளரான இவர் கடந்த ஒரு சில மாதங்களுக்கு முன்பு கொரோனாவால் உயிர் இழந்தார்.

இதனையடுத்து அவரது படத்திறப்பு விழா நடைபெற்றது. இதில் தி.மு.க இளைஞரணிச் செயலாளர் எம்.எல்.ஏ உதயநிதி பங்கேற்றார். அப்போது பெரிய அளவுக்கு மழை கொட்டிக் கொண்டிருந்தது.

ஆனால் கொட்டும் மழையையும் பொருட்படுத்தவில்லை உதயநிதி. நிகழ்ச்சியை ரத்து செய்யுங்கள் அல்லது நான் பிறகு ஒருநாள் வருகிறேன் என்றும் கூறவில்லை.

கொட்டும் மழைக்கு இடையே அந்த நிகழ்ச்சியில் உதயநிதி கலந்து கொண்டு புகைப்படத்தை திறந்து வைத்து பின்னர் மலர் தூவி மரியாதை செய்தார். இதனைத் தொடர்ந்து 200க்கும் மேற்பட்டோருக்கு நலத்திட்ட உதவிகளை வழங்கினார் உதயநிதி.

அதேபோல் கொட்டும் மழையிலும் அங்கே வந்திருந்த பொது மக்களின் குறைகளை கேட்டறிந்தார். இந்த நிகழ்ச்சியில் முதல்வர் ஸ்டாலினின் மருமகன் சபரீசன், பால்வளத்துறை அமைச்சர் சா.மு. நாசர், எம்.எல்.ஏ கிருஷ்ணசாமி ஆகியோர் கலந்து கொண்டனர்.

✡

67
இருதய நோயாளி வேளாங்கண்ணி குடிசைக்குள்

சென்னை வடக்கு மாவட்ட மகளிர் அமைப்பாளர் வேளாங்கண்ணி. இவரது கணவருக்கு உடம்பு சரியில்லை. இருதய நோயாளி.

அதனால் சிகிச்சை முடிந்து வீட்டில் உள்ளார். இவரை சென்று நலம் விசாரித்து வரும்படி தி.மு.க தலைமை உதயநிதி ஸ்டாலினிடம் கேட்டுக் கொண்டதாம். அந்த வேளாங்கண்ணி வீட்டுக்கு சென்ற உதயநிதிக்கு ஷாக்மேல் ஷாக். காரணம் வேளாங்கண்ணியின் வீடு ஒரு குடிசை வீடு.

அடைப்பாக காணப்பட்ட அந்த வீட்டுக்குள் நுழைந்ததுமே கட்சியில் இத்தனை வருசம் பாடுபட்டு உழைத்த மகளிர் அணி அமைப்பாளர் இப்படிப்பட்ட வீட்டில் தங்கி உள்ளாரா என்ற வியப்புடனேயே உள்ளே நுழைந்தார் உதயநிதி.

அவரை வரவேற்று உட்கார வைத்தார் வேளாங்கண்ணி. அங்கிருந்த வேளாங்கண்ணி கணவரிடம் உடல்நிலை குறித்து உதயநிதி விசாரித்தார்.

சிறிது நேரம் பேசிக் கொண்டிருந்தபோது வீட்டில் மாட்டி யிருந்த சில போட்டோக்களை உதயநிதிக்கு காண்பித்துள்ளார் வேளாங்கண்ணி.

சுவரில் நிறைய போட்டோக்கள் இருந்தன. ஒவ்வொன்றையும் பார்த்துக் கொண்டே வந்த உதயநிதிக்கு இன்னொரு ஷாக் காத்திருந்தது.

அங்கிருந்த ஒரு போட்டோவில் கலைஞர் கருணாநிதி இருந்தார். உற்று பார்த்த பிறகுதான் தெரிந்தது வேளாங்கண்ணிக்கு திருமணம் செய்து வைத்ததே கருணாநிதி தலைமையில் தான்.

'உங்களுக்கு என்ன உதவியென்றாலும் என்னிடம் சொல்லுங்கள். நான் செய்து தருகிறேன் நீங்கள் எல்லாம் இக்கட்சிக்கு உழைத்த வர்கள். உங்களை காப்பது எங்கள் கடமை' என கூறினார் உதயநிதி.

✡

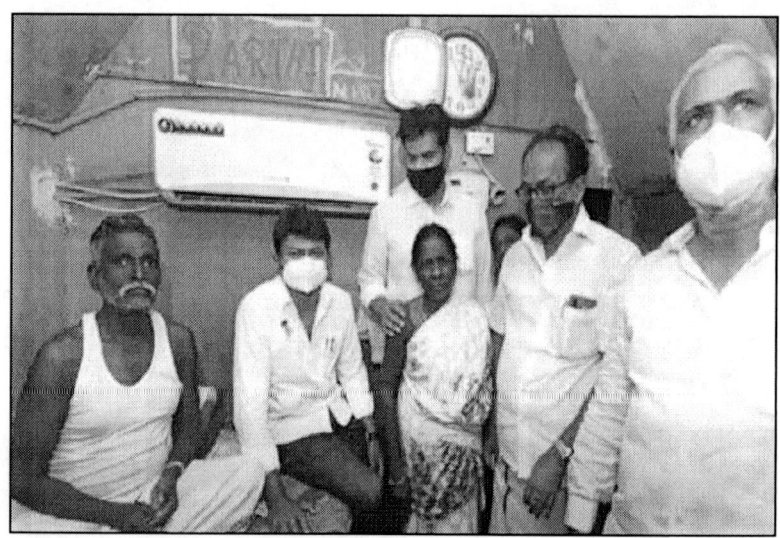

68
ஜெர்மன் தொழில்நுட்பத்தில் மழைநீர் வடிகால்

சேப்பாக்கம் - திருவல்லிக்கேணி சட்டமன்ற தொகுதியில் சிறிது மழைக்கே தண்ணீர் தேங்குகிறது. பார்த்தசாரதி கோயில் குளம், மழைநீர் சேகரிப்பு இல்லாமல் இருக்கிறது. அதை மழைநீர் தேங்கும் வகையில் சீரமைக்க வேண்டும் என்று உதயநிதி ஸ்டாலின் சென்னை மாநகராட்சிக்கு கடிதம் எழுதியிருந்தார்.

இந்தக் கடிதத்தின் பேரில் உடனே ஆக்சனில் இறங்கிய சென்னை மாநகராட்சி அதிகாரிகள், சேப்பாக்கம் திருவல்லிக்கேணி தொகுதி யில் ரூ. 40 கோடி செலவில் மழைநீர் வடிகால் அமைக்கும் பணி மற்றும் ஜெர்மன் தொழில் நுட்பத்தின வடிகால் அமைக்கும் பணிக் கான திட்ட அறிக்கையை தயாரித்து வருவதாக கூறப்படுகிறது.

இதில் சாலை மட்டத்தில் இருந்து 4 அடி ஆழம், 19 அடி நீளம், 34 அடி அகலத்திற்கு பள்ளம் தோண்டப்பட உள்ளது.

பள்ளத்திற்குள் 6 முதல் 10 எம் எம் கன அளவுள்ள பொடி ஜல்லி கற்கள், 1.5 செ.மீ உயரத்திற்கு நிரப்பப்படும். அதன் மேல் 400 ஜி. எஸ்.எம். அடர்த்தி கொண்ட ஜியோ பில்டர் எனும் பேப்ரிக் கிளாத் விரிக்கப்படும்.

பின் ஜெர்மன் தயாரிப்பான பாலிபுரோ போலின் என்று அழைக்கப்படும் பிளாஸ்டிக்கால் ஆன 3.9 அடி நீளம், 500 மி.மீ உயரம், 80 மி.மீ அகலமுள்ள டனல் வைக்கப்படும்.

இப்பணி முடிக்கப்பட்டவுடன் 20 அடி நீளத்திற்கு மட்டும் 5 டனல் வைக்கப்படும். அதன் மேல் மீண்டும் ஜியோ பில்டர் பேப்ரிங் கிளாத் போர்த்தப்பட்டு டனல் மூடப்படும்.

பக்கவாட்டில் உள்ள பள்ளங்களில் 20 எம்.எம். ஜல்லி, டனல் உயரத்திற்கு கொட்டி இடைவெளிகள் மூடப்படும்.

அதன் மேல் சாலை மட்டத்திற்கு கிராவல் கல் பதிக்கப்பட்டு அதன் இடைவெளியில் மணல் கொட்டி புற்கள் வளர்க்கப்படும்.

இதனால் வடிகாலுக்கு செல்லும் மழைநீர் சக்திகள் வடிக்கப்பட்டு சுத்தமான நீராக குளங்களுக்கு சென்று விடும்.

இப்பணிகளுக்கு மிக குறுகிய இடம் தான் தேவைப்படும் என்பதால் விரைவிலேயே பார்த்த சாரதி கோயில் இப்பணிகள் முடிக்கப்படும் என்று கூறப்படுகிறது.

☼

69
'ஸ்டாலின்தான் வாராரு....'

தமிழகத்தில் நடந்து முடிந்த சட்டமன்ற தேர்தலில் 'ஸ்டாலின் தான் வாராரு.... விடியல் தரப் போராரு' என்ற தி.மு.க.வின் தேர்தல் பிரச்சார பாடல் பட்டி தொட்டி எங்கும் பிரபலமடைந்தது.

இளம் இசையமைப்பாளர் ஜெரார்டு பெலிக்ஸ் இசையமைத்திருந்த இந்தப் பாடல் சிறியவர்கள் முதல் பெரியவர்கள் வரை அனைவரையும் கவர்ந்தது. பிரபல பின்னணி பாடகர் அந்தோணிதாசன் இந்தப் பாடலை பாடியிருந்தார்.

இந்நிலையில் இசையமைப்பாளர் ஜெரார்டு பெலிக்ஸ் - பிரேஷி சாந்தனா என்பவரை திருமணம் செய்து கொண்டார். இவர்களின் திருமண வரவேற்பு நிகழ்ச்சி சென்னையில் நடந்தது. இதில் முதல்வர் மு.க.ஸ்டாலின் மற்றும் உதயநிதி ஸ்டாலின் ஆகியோர் கலந்து கொண்டு மரக்கன்றுகள் அடங்கிய பசுமைக் கூடையை வழங்கி மணமக்களை வாழ்த்தினர்.

இசையமைப்பாளர் ஜெரார்டு ஃபெலிக்ஸ் கடந்த 2019ம் ஆண்டு வெளியான 'மயூரான்' படத்தின் இசையமைப்பாளர்களில் ஒருவராகப் பணியாற்றியுள்ளார். மேற்கு வங்க முதல்வர் மம்தா பானர்ஜி யின் தேர்தல் பிரச்சார பாடலுக்கும் இசையமைத்துள்ளார்.

சேப்பாக்கம் குடியிருப்பு வாசியாகவே.....

உதயநிதி ஸ்டாலின் சேப்பாக்கம தொகுதி குடியிருப்பு வாசியாகவே மாறியிருக்கிறார் என்ற கருத்து தமிழகம் முழுவதும் இருந்து வருகிறது.

மக்களோடு மக்களாய் இறங்கி வேலை செய்து அவர்களுக்காக வேறு நலத்திட்ட உதவிகளைச் செய்து என்று அந்த மக்களை தினமும் ஆச்சர்யப்பட வைத்து வருகிறார்.

ஆரம்பத்தில் முதல்வரின் மகன், எம்.எல்.ஏ என்று அந்நியப்பட்ட மக்கள் இப்போது தங்களில் ஒருவர் போல அவரை எண்ணும் அளவிற்கு அவரது செயல்பாடுகள் இருந்து வருகிறது.

ஆட்டோவில் செல்வது, குப்பைகளை அள்ளுவதை கண்காணிப்பது, கழிவறைகளை புணரமைக்க உத்தரவிட்டது. கொரோனா தடுப்பூசி விழிப்புணர்வு ஏற்படுத்துவது அத்துடன் சகஜமாக பழகி குறைகளை கேட்பது என தினமும் தொகுதி முழுவதும் வருகிறார் உதயநிதி.

இதனைப் பார்த்து பலரும் ஆச்சர்யப்படுகிறார்கள். உதயநிதி அரசியலுக்கு வந்து அதாவது தி.மு.க இளைஞர் அணிச்செயலாளராக மூன்றாவது ஆண்டை எட்டியுள்ள நிலையில் அவரது செயல் பாடுகள் பெரும் வரவேற்பை பெற்று வருகிறது.

71
தலைமைக்கு தர்ம சங்கடத்தை உருவாக்க வேண்டாம்!

எனக்கு அமைச்சர் பதவி வழங்குமாறு தீர்மானம் நிறைவேற்றி கட்சித் தலைமைக்கு சங்கடம் ஏற்படுத்த வேண்டாம் என தி.மு.க. வினருக்கு உதயநிதி ஸ்டாலின் வேண்டுகோள் விடுத்துள்ளார்.

திண்டுக்கல் தி.மு.க கிழக்கு, மேற்கு மாவட்டத்தின் சார்பாகத் திண்டுக்கல் கலைஞர் அரங்கில் கூட்டுறவுத்துறை அமைச்சர் இ.பெரிய சாமி தலைமையில் செயற்குழுக் கூட்டம் நடைபெற்றது. அதில் தி.மு.க இளைஞரணி செயலாளர் உதயநிதியை அமைச்சராக்க வேண்டும் என்று தீர்மானம் நிறைவேற்றப்பட்டது.

அதே போல் அமைச்சர் அன்பில் மகேஷ் தலைமையில் நடைபெற்ற திருச்சி, தெற்கு மாவட்ட திமுக செயற்குழுக் கூட்டத்திலும் உதய நிதியை அமைச்சராக்க வேண்டும் என்று தீர்மானம் நிறைவேற்றப் பட்டது.

இதே போல் பல இடங்களில் நடைபெற்ற தி.மு.க செயல்வீரர்கள் கூட்டத்தில் உதயநிதியை அமைச்சராக்க வேண்டும் என தீர்மானம் நிறைவேற்றப்பட்டதாக தகவல்கள் தெரிவிக்கின்றன. இந்தச் சூழலில் இது போன்ற தீர்மானங்களை நிறைவேற்ற வேண்டாம் என உதயநிதி அறிக்கை வெளியிட்டுள்ளார்.

அதில் கூறியிருப்பதாவது, 'திருச்சி, திண்டுக்கல், தஞ்சாவூர், திருவள்ளூர் மாவட்டங்களில் நடைபெற்ற கழக செயல் வீரர்கள் கூட்டங்களில் எனக்கு அமைச்சர் பொறுப்பு கொடுக்கப்பட வேண்டும் என தீர்மானங்கள் நிறைவேற்றப்பட்டு தலைமைக் கழகத்துக்கு அனுப்பி வைத்திருப்பது குறித்து அறிந்தேன்.

என் தொடர்பணிகள் மீதும் முன்னெடுப்புகள் மீதும் நீங்கள் வைத்திருக்கும் நம்பிக்கைக்கும் அன்பிற்கும் நான் என்றென்றும் நன்றிக்குரியவனாக இருப்பேன்.

கழகம் வழங்கிய வாய்ப்பில் சேப்பாக்கம் திருவல்லிக்கேணி சட்ட மன்ற உறுப்பினராகத் தொகுதி மக்களின் தேவைகளைக் கேட்டறிந்து அதற்குரிய தீர்வுகளுக்கான மக்கள் பணியினையும், கழகத் தலைவர் மற்றும் கழக முன்னோடிகளின் வழிகாட்டுதலில் கழக இளைஞர் அணியின் செயலாளராக தமிழகம் முழுவதும் பயணித்து கழகப் பணியையும் என்னால் இயன்றவரைச் சிறப்பாக ஆற்றி வருகிறேன்.

கழகத்தை இளைஞர்களிடம் கொண்டு சேர்க்க அடுத்தக்கட்ட திட்டமிடல்களுடன் பாசறைக் கூட்டங்கள் நடத்துவது, நலத் திட்டப் பணிகளில் ஈடுபடுவதென பலவற்றுக்குமான பயணங் களுக்குத் தயாராகி வருகிறேன்.

இந்தச் சூழலில் என் மீதுள்ள அன்பின் காரணமாக, எனக்கு அமைச்சர் பொறுப்பு அளிக்க தீர்மானம் நிறைவேற்றி, தலைமைக்கு இனி யாரும் தர்ம சங்கடத்தை உருவாக்கிட வேண்டாமென உங்கள் அனைவரையும் அன்போடு கேட்டுக் கொள்கிறேன்.

எந்தச் சூழ்நிலையில் எந்த முடிவை எடுக்க வேண்டும் என்பதை கழகமும் தலைமையும் நன்கறியும் என்பதை கழக உடன்பிறப்புகள் நாம் அனைவரும் அறிவோம்.

பெரியார், அண்ணா, கலைஞர், பேராசிரியர் வழியில் வந்த நம் கழகத் தலைவர் வழங்கும் கட்டளையின் வழியில் நின்று கழகத்தை வளர்த்தெடுக்க நாளும் தொடர்ந்து உழைத்திடுவோம். மக்கள் பணியாற்றிடுவோம்.

கழகத்துக்கும் கழக அரசுக்கும் மகத்தான புகழைச் சேர்த்திடுவோம்' என்று குறிப்பிட்டுள்ளார்.

✡

72
இதுதான் திராவிட மாடல்

பிரதமர் மோடிக்கு மேடையில் வைத்து கிளாஸ் எடுத்தவர் நம் தலைவர் ஸ்டாலின். இதுதான் திராவிட மாடல் என உதயநிதி ஸ்டாலின் தெரிவித்துள்ளார்.

தி.மு.க இளைஞரணி சார்பில் சென்னை தேனாம்பேட்டையில் உள்ள அறிவாலயம் கலைஞர் அரங்கில் 'கலைஞர் 99' கருத்தரங்கு மற்றும் திராவிட மாடல் பயிற்சி பாசறை தொடக்க விழா நடை பெற்றது.

தி.மு.க இளைஞர் அணி செயலாளர் உதயநிதி ஸ்டாலின் நிகழ்ச்சியை தொடங்கி வைத்து மேடையில் பேசினார்.

'நான் இளைஞரணி செயலாளராக பதவியேற்று முதல் நிகழ்ச்சி கலைஞர் அரங்கத்தில் இளைஞரணி சார்பில் நடத்தப்படுவதால் பெருமையாக உள்ளது.

தி.மு.க.வில் 25 லட்சம் உறுப்பினர்களை புதிதாக சேர்த்துள்ளீர்கள். அதில் 4 லட்சம் பேர் இருமுறை பதிவு செய்துள்ளனர். எனவே 21 லட்சம் பேர் தான் புதிதாக செய்துள்ளதாக தெரிவித்தார்.

பயிற்சி பாசறையை உங்கள் பகுதியில் அரங்கத்தை ஏற்படுத்தி கூட்டம் கூட்டினால் போதும். இளைஞரணியினர் பெரிய அளவில் கூட்டங்களை நடத்தியாக வேண்டியதில்லை.

வெறும் 100 பேரை வைத்து சிறிய அளவில் கூட்டங்களை நடத்தினால் தான் தி.மு.க.வின் கொள்கைகளை அவர்களிடம் கொண்டு சேர்க்க முடியும்' என்றார்.

✡

73
கலைஞர் போன்று நம் முதல்வர் செயல்படுகிறார்

கலைஞர் போல் நமது முதல்வர் விவசாயிகளுக்கு ஏராளமான திட்டங்களை செயல்படுத்தி வருவதாக உதயநிதி ஸ்டாலின் எம்.எல்.ஏ தெரிவித்தார்.

தமிழ்நாடு மின் உற்பத்தி மற்றும் பகிர்மானக் கழக தலைமை அலுவலகத்தில் நடைபெற்ற 1 லட்சம் மின் இணைப்பு, பெற்ற விவசாயிகளிடம் கலந்துரையாடும் நிகழ்ச்சியில் சேப்பாக்கம் - திருவல்லிக்கேணி தொகுதி எம்.எல்.ஏ உதயநிதி ஸ்டாலின் பேசியதாவது :

முத்தமிழறிஞர் கலைஞர் வழிவந்த நம்முடைய முதல்வர், கலை ஞரைப் போன்றே விவசாயிகளுக்கு ஏராளமான திட்டங்களை செயல்படுத்தி வருகிறார்.

முதன்முதலில் குளித்தலையில் போட்டியிட்டு வெற்றி பெற்ற நமது கலைஞர் நங்கவரம் விவசாயிகளுக்காக தான் தனது முதல் பேச்சை சட்டசபையில் பேசினார்.

அன்று முதல் விவசாயிகளுக்கு எத்தனையோ திட்டங்களை முன்னெடுத்தார். கலைஞர் வழிவந்த நம்முடைய முதல்வரும் கடந்த மாதங்களில் ஒரு லட்சம் விவசாயிகளுக்கு மின் இணைப்பு களை வழங்கியுள்ளார்.

நிதி நிலை அறிக்கை தயாரிப்பதற்கு முன்னர் விவசாயி பிரதிநிதி களை அழைத்து ஆலோசனையின்படி நிதிநிலை அறிக்கை தயாரித்த முதல் முதலமைச்சர் கலைஞர்.

இன்று நமது முதல்வரும் விவசாயிகளுக்கு தனிநிதி நிலை அறிக்கை தாக்கல் செய்து அதன்படி விவசாயத்துக்கு ஏகப்பட்ட திட்டங்களை அறிவித்து வருகிறார்.

என் தொகுதியில் மின் இணைப்பு இல்லாமல் இருந்த 900 வீடு களுக்கு மின் இணைப்பு வழங்கிய முதல்வருக்கும் அமைச்சர் செந்தில் பாலாஜிக்கும் நன்றியை தெரிவித்துக் கொள்கிறேன்.

என்னுடைய தொகுதியில் மின்சாரம் குறித்த கோரிக்கை அடங்கிய கோப்புகள் அளித்த ஒரே மாதத்தில் அனைத்தையும் சரி செய்து கொடுத்ததற்கு நன்றியை தெரிவித்துக் கொள்கிறேன்.

உங்களுடைய கடின உழைப்பினால் மட்டுமே 1 லட்சம் விவசாயி களுக்கு மின் இணைப்பு என்பது சாத்தியமாகி உள்ளது' என்று கூறியுள்ளார் உதயநிதி ஸ்டாலின்.

✧

74
உதயநிதி ஸ்டாலினின் சட்டமன்ற கன்னிப் பேச்சு

சட்டப் பேரவையில் ஆகஸ்டு 18, 2021 அன்று நடைபெற்ற பட்ஜெட் மீதான விவாதக் கூட்டத்தில் சேப்பாக்கம் - திருவல்லிக்கேணி சட்டமன்ற உறுப்பினர் உதயநிதி ஸ்டாலின் தனது முதல் உரையைப் பின்வருமாறு ஆற்றினார்.

"தந்தை பெரியார், பேரறிஞர் அண்ணா, முத்தமிழறிஞர் கலைஞர் மூவரையும் வணங்கி என்னுடைய கன்னிப் பேச்சை இந்த அவையில் பதிவு செய்கிறேன்.

I belong to the Dravindian stock.

நான் திராவிட இனத்தைச் சேர்ந்தவன். இந்தக்குரல் எப்போதோ ஒலித்த குரல் அல்ல. எப்போதும் ஒலிக்கின்ற குரல். இப்போது என்னிடமிருந்து ஒலிக்கின்ற உரிமைக்குரல்.

திராவிடன் என்ற உணர்வை எங்களுக்கு ஊட்டிய தந்தை பெரியார். அந்த உணர்வை அரசியல் கொள்கையாக்கி, திராவிட முன்னேற்றக் கழகத்தை உருவாக்கி, நாடாளுமன்ற மாநிலங்களவையில் உரக்க முழங்கிய பேரறிஞர் அண்ணா.

திராவிட இனத்தின் - இயக்கத்தின் தனிப்பெரும் தலைவராக விளங்கி, இந்திய அரசியலுக்கே வழிகாட்டிய முத்தமிழறிஞர் கலைஞர்.

கலைஞரின் தோழராக, அண்ணனாக இருந்து இன உணர்வும், திராவிட இயக்க சிந்தனைகளும், கடைக்கோடி கழகத் தொண்டர் களை சென்றடைய செய்த பேராசிரியர் தாத்தா அவர்கள். இன்னும் எண்ணற்ற திராவிட இயக்கத் தலைவர்களுக்கும் இந்த இயக்கத்தை கட்டிக் காத்த காக்கின்ற தொண்டர்களுக்கும் என் வணக்கம்.

தலைவருக்குத் தலைவராய், தொண்டருக்குத் தொண்டராய் - மக்களில் ஒருவராய், தமிழ்நாட்டை நோக்கி ஒட்டு மொத்த இந்திய ஒன்றியத்தையும் திரும்பிப் பார்க்கச் செய்திருக்கும் திராவிட மாடல் அரசின் மாண்புமிகு முதலமைச்சர் அவர்களுக்கு வணக்கத்தையும், சட்டமன்ற உறுப்பினராவதற்கு வாய்ப்பளித்து, எனக்காக தொகுதியில் பிரச்சாரம் மேற்கொண்ட மாண்புமிகு முதலமைச்சர் அவர்களுக்கு இந்த நேரத்தில் எனது நன்றியை தெரிவித்துக் கொள்கிறேன்.

ஜெயலலிதா அம்மையார் மறைவுக்குப் பிறகு கழக தலைவர் அவர்கள் நினைத்திருந்தால் என்றோ ஆட்சி அமைந்திருந்திருக்கலாம். ஆனால் ஜனநாயக வழியில் மக்களை சந்தித்துதான் ஆட்சி அமைக்க வேண்டும் என்று தலைவர் அவர்கள் பொறுமை காத்தார்கள்.

முத்தமிழறிஞர் கலைஞர் மறைந்தபோது அண்ணா நினைவிடத் துக்கு அருகாமையில் தன்னுடைய நினைவிடமும் அமைய வேண்டும் என்ற கலைஞரின் கடைசி ஆசையை நிறைவேற்ற விடாமல் கூட கடந்த அ.தி.மு.க அரசு முட்டுக்கட்டை போட்டது.

அப்போதிருந்த அந்த அசாதாரண சூழ்நிலையை அருகில் இருந்து பார்த்த லட்சக்கணக்கான தொண்டர்களில் நானும் ஒருவன்.

நம்முடைய கழக தலைவர் அவர்கள் அப்போது ஒரு சிறு கண் அசைவை காட்டியிருந்தால் கூட அன்று நிலைமை வேறு மாதிரி அமைந்திருக்கும்.

ஆனால் நம் தலைவர் அவர்கள் பொறுப்புமிக்க அரசியல் தலைவராக சட்டப் போராட்டம் நடத்தி முத்தமிழறிஞரின் கடைசி விருப்பம், ஒட்டு மொத்த தமிழ்நாட்டு மக்களின் விருப்பத்தை நிலைநாட்டினார்கள்.

மாண்புமிகு முதலமைச்சர் அவர்களின் பொறுமையும் - பொறுப்புணர்ச்சியும் உழைப்புமே அவரை இந்த இடத்துக்கு அழைத்து வந்திருக்கின்றன.

மாண்புமிகு முதலமைச்சர் அவர்களின் உழைப்பில், அவரின் பொறுப்புணர்வில் 1 சதவீதம் பெற்று விட்டால் கூட போதும் நான் மிகச் சிறந்த சட்டமன்ற உறுப்பினராகி விடுவேன்.

நம் முதலமைச்சர் அவர்கள் கடைக்கோடியில் இருக்கிற மக்களுக்கு ஒரு பிரச்சனை என்றாலும் சரி, ஒட்டுமொத்த மாநிலத்துக்கே ஒரு பிரச்சனை என்றாலும் சரி, அதற்காக குரல் கொடுத்து அந்த பிரச்சனைகளுக்கு தீர்வு கண்டு வருகிறார்கள்.

உதாரணமாக நாமக்கல்லைச் சேர்ந்த குழந்தை மித்ராவின் அறுவை சிகிச்சைக்காக ரூ.16 கோடி தேவை என்றதும், அதற்காக நம்முடைய முதலமைச்சர் அவர்கள் எல்லோரும் உதவ வேண்டும் என்று கோரிக்கை வைத்தார்.

மருத்துவ சிகிச்சைக்கான ஜி.எஸ்.டி தொகையை ரத்து செய்ய வேண்டும் என்று ஒன்றிய அரசுக்கு கோரிக்கை வைத்தார்கள்.

அதனடிப்படையில் பலரும் நிதியளித்ததாலும் ஜி.எஸ்.டி ரத்து செய்யப்பட்டதாலும் தற்போது மித்ராவுக்கு சிகிச்சை நடைபெற்று வருகிறது.

முத்தமிழறிஞர் காலத்தில் இருந்து, அன்பில் தர்மலிங்கம் தாத்தா, அன்பில் பொய்யாமொழி மாமா, அவருக்குப் பிறகு இன்று என்னுடைய நண்பனாக தேர்தல் பணி, கழக பணிகளில் என்னுடன் தோளோடு தோள் நிற்கும் பள்ளிக்கல்வித்துறை அமைச்சர் அன்பில் மகேஷ் பொய்யாமொழி அவர்களுக்கும் எனது நன்றியைத் தெரிவித்துக் கொள்கிறேன்.

எனக்காக தொகுதியில் பணியாற்றிய தோழமை கட்சியை சேர்ந்தவர்களுக்கும், மாவட்ட கழக பொறுப்பாளர் சகோதரர் சிற்றரசு, பகுதிக் கழக செயலாளர்களான அண்ணன்கள் காமராஜ் மதன் மோகன், வட்டக் கழக செயலாளர்கள் உள்ளிட்ட கழகத்தினருக்கும் என் நன்றியைத் தெரிவித்துக் கொள்கிறேன்.

ஏற்கனவே அந்தத் தொகுதியின் சட்டமன்ற உறுப்பினராக இருந்து மக்கள் பணியாற்றி என்னுடைய பணியை எளிமையாக்கி வைத்திருந்த முத்தமிழறிஞர் கலைஞர், பெரியவர் ரகுமான் கான் அவர்கள், மதிப்பிற்குரிய ஜெ.அன்பழகன் அண்ணன் உள்ளிட்டவர்களையும் இந்த தருணத்தில் நினைவில் கொள்கிறேன்.

சேப்பாக்கம் - திருவல்லிக்கேணி தொகுதியில் நான் கிட்டத்தட்ட 4 அல்லது 5 நாட்களே பிரச்சாரம் செய்தேன். அப்படியிருந்தும் என் மீது முழு நம்பிக்கை வைத்து 69355 வாக்குகள் வித்தியாசத்தில் வெல்ல வைத்த என் தொகுதி மக்களுக்கு நன்றி.

மாண்புமிகு பேரவை தலைவர் அவர்களே என் தொகுதியில் எனக்கு வாக்கு அளித்தவர்களுக்கு மட்டுமின்றி வாக்களிக்காதவர்களுக்கும் சேர்த்து உழைக்க வேண்டும் என்று மாண்புமிகு முதலமைச்சர் அவர்கள் அறிவுறுத்தினார்கள்.

தேர்தல் வெற்றிக்குப் பிறகு தொகுதி மக்கள் காட்டும் அன்பும், பாசமும் அவர்களில் ஒருவனாகவே என்னை மாற்றி விட்டது. அவர்களுடைய வீட்டுக்கு அழைத்துச் செல்கிறார்கள். அவர்கள் வீட்டு பிள்ளையாகவே என்னிடம் அன்பை வெளிப்படுத்துகிறார்கள்.

நான் எப்போதும் அவர்களுக்காக உழைப்பேன் என்று இந்த நேரத்தில் உறுதியளிக்கிறேன்.

இந்தப் பேரவையில் இங்கு படமாக நிற்கும் நம் கலைஞர் அவர்கள் வழியில் அவர்களது மறுவுருவமாக நம் முதலமைச்சர் அவர்கள் நம்மை வழிநடத்திக் கொண்டிருக்கிறார்.

கலைஞர் காட்டிய வழியில் தான் நம் கழக தலைவர் அவர்கள் தலைமையிலான அரசு இந்த 100 நாட்களுக்குள்ளாகவே எண்ணற்ற சாதனைகளை செய்து முடித்துள்ளது.

தேர்தல் வாக்குறுதியில் சொல்லாத விசயங்களைக் கூட செய்து காட்டியுள்ளார்.

1. கொரோனா நிவாரண நிதியாக குடும்ப அட்டைக்கு ரூ.4000 வழங்கும் திட்டம்.
2. ஆவின் பால் லிட்டருக்கு ரூ. 3 குறைப்பு.
3. மகளிருக்கு நகர பேருந்துகளில் இலவச பயணத்திட்டம்.
4. மாற்றுத் திறனாளிகளுக்கும் திருநங்கைகளுக்கும் இலவச பேருந்து பயணத்திட்டம்.
5. உலகின் தலைசிறந்த பொருளாதார நிபுணர்களைக் கொண்ட பொருளாதார ஆலோசனைக் குழு.
6. மாநில வளர்ச்சிக் குழுவின் துணை தலைவராக பொருளாதார நிபுணர் அண்ணன் ஜெயரஞ்சன் அவர்கள் நியமனம்.
7. தனியார் மருத்துவமனைகளில் கொரோனாவுக்கு இலவச சிகிச்சைத் திட்டம்.
8. உங்கள் தொகுதியில் முதல்வர் திட்டத்தை முதலமைச்சர் கண்காணிப்பிலேயே செயல்படுத்தியது.
9. கொரோனா காலத்தில் பத்திரிக்கையாளர்கள் - ஊடகவிய லாளர்களை முன்களப் பணியாளர்களாக அறிவித்தது.
10. கொரோனாவால் பலியான மருத்தவத்துறையினர் குடும்பத் துக்கு ரூ. 25 லட்சம் நிவாரணம்.
11. அனைத்து அரிசி குடும்ப அட்டைதாரர்களுக்கு 14 வகையான பொருட்கள் கொரோனா கால நிவாரணமாக வழங்கப் பட்டது.
12. மருத்துவர், செவிலியர்கள், தூய்மைப் பணியாளர்களுக்கு ஊக்கத்தொகை.
13. டெல்டா விவசாயிகளின் குறுவை சாகுபடிக்காக ஜீன் 12 அன்று மேட்டூர் அணை திறப்பு.

14. கடந்த சில ஆண்டுகளாக அ.தி.மு.க அரசே “இந்தாண்டு ஜுன் 12 அன்று திறக்க வாய்ப்பில்லை'' என கையை விரித்த வரலாறுகள் உள்ளன.

15. ஆனால் நம்முடைய கழக அரசு, டெல்டா விவசாயிகளின் நலனை கருத்தில் கொண்டு மேட்டூர் அணை இந்தாண்டு ஜீன் 12 அன்று உரிய தேதியில் திறக்கப்பட்டது.

16. தென் சென்னைக்கென்று தனி உயர் சிறப்பு மருத்துவமனை அறிவிப்பு.

17. மதுரையில் கலைஞர் நினைவு நூலகம்.

18. தமிழ் எழுத்தாளர்களுக்கு இலவச வீடு வழங்கும் திட்டம்.

19. முத்தமிழறிஞர் கலைஞர் வளர்ந்த திருவாரூர் மாவட்டத்தில் உணவு தானிய சேமிப்பு கிடங்கு.

20. கோவிட் - 19 தொற்றினால் பெற்றோரை இழந்த குழந்தை களுக்கு ரூ. 5 லட்சம் வைப்புநிதி மற்றும் அவர்களின் படிப்பு செலவை அரசே ஏற்கும் என உத்தரவு.

21. தூத்துக்குடி ஸ்டெர்லைட் ஆலைக்கு எதிராக போராடியவர்கள் மீது போடபப்பட்ட வழக்குகள் வாபஸ்.

22. கடந்த அ.தி.மு.க ஆட்சியின்போது ஸ்டெர்லைட் துப்பாக்கிச் சூட்டில் உயிரிழந்த அப்பாவி மக்களின் குடும்பத்தாருக்கு தகுதி யின் அடிப்படையில் அரசு வேலை.

23. பத்திரிக்கையாளர்கள் மீது அ.தி.மு.க ஆட்சி காலத்தில் போடப் பட்ட வழக்குகள் வாபஸ்.

24. விஷன் தமிழ்நாடு திட்டம் மூலம் 20 லட்சம் இளைஞர்களுக்கு வேலைவாய்ப்பு வழங்க ஏற்பாடு.

25. முதலீட்டாளர்களின் முதல் முகவரி தமிழ்நாடு என்ற திட்டத்தின் மூலம் 28664 கோடி ரூபாய் அளவுக்கு முதலீடுகள்.

26. முக்கியமாக நாடெங்கும் உள்ள இதர பிற்படுத்தப்பட்ட மக்களின் வாழ்வில் ஒளியேற்றி வைக்கும் வண்ணம் மாண்புமிகு முதலமைச்சர் அவர்கள் வழிகாட்டலில் சட்டப் போராட்டம்

நடத்தப்பட்டு ஓபிசி பிரிவினருக்கு 27% இட ஒதுக்கீட்டை உறுதி செய்தது.

27. கோவில் சொத்துக்களை இணையத்தில் பதவியேற்றம் செய்ய நடவடிக்கை.

28. நம் பிள்ளைகளின் மருத்துவராகும் கனவை சிதைக்கும் நீட் தேர்வால் ஏற்பம் பாதிப்பை அறிய ஓய்வு பெற்ற நீதியரசர் ஏ.கே.ராஜன் தலைமையில் சிறப்பு கருத்துக் கேட்பு குழு.

29. இதற்கெல்லாம் முத்தாய்ப்பாக நாட்டிற்கே முன் மாதிரியாக பெட்ரோல் மீதான மாநில அரசின் வரி ரூ.3ஐ குறைத்தது.

30. தந்தை பெரியார் நெஞ்சில் தைத்த முள்ளை அகற்றும் வகையில் 58 பயிற்சி பெற்ற பிற்படுத்தப்பட்ட, மிகவும் பிற்படுத்தப்பட்ட பட்டியலின வகுப்புகள் என அனைத்து சாதியினரும் அர்ச்சகர் ஆகும் திட்டம்.

31. இப்படி பல திட்டங்களை இந்த அரசு இந்த 100 நாட்களுக் குள்ளாகவே செயல்படுத்தி மாநிலத்தின் நீடித்த நிலைத்த வளர்ச்சிக்கு அடித்தளமிட்டுள்ளது.

மாண்புமிகு முதலமைச்சர் அவர்களின் வழிகாட்டலில் மாண்புமிகு நிதியமைச்சர் அண்ணன் பழனிவேல் தியாகராஜன் அவர்கள் தாக்கல் செய்துள்ள முதல் இ-பட்ஜெட் மாநிலத்தை வளர்ச்சிப் பாதைக்கு எடுத்துச் செல்லவுள்ளது.

நம்முடைய கழக அரசு இந்த பட்ஜெட்டில் பள்ளிக்கல்விக்கு முக்கியத்துவம் அளித்து ரூ.32599.54 கோடி ஒதுக்கீடு செய் துள்ளது.

32. இந்த கொரோனா காலத்தில் கற்றல் இழப்பை தவிர்க்கவும், இளம் வயதிலேயே மாணவர்களுக்கு கணினி திறனை அளிக்க வும், 1784 அரசு நடுநிலைப் பள்ளிகளில் ரூ. 114.18 கோடி செலவில் உயர் ஆய்வகங்கள், 865 உயர்நிலை மற்றும் மேல் நிலைப்பள்ளிகளில் 20.76 கோடி செலவில் ஸ்மார்ட் வகுப் பறைகள் அமைப்பதும், நம் மாணவ மாணவியரின் எதிர் காலத்துக்கு மிகப் பெரிய அளவில் உதவிகரமாக அமையும்.

33. மேலும் இந்த அரசு தொலைநோக்கு மிக்க அரசு என்பதை உணர்த்துகிற வகையில் 2025ம் ஆண்டிற்குள் 8 வயதிற்குட்பட்ட குழந்தைகளுக்கு அந்தந்த வகுப்பு அளவில் படிக்கவும், எழுதவும் அடிப்படை கணக்குகளை செய்யும் முடியும் என்பதை உறுதி செய்ய ரூ.66.70 கோடி செலவில் எண்ணும் எழுத்தும் இயக்கம் தொடங்கப்படுவது போற்றத்தக்கது.

    மேலும் உயர்கல்வியை பொறுத்தவரையில் இந்தாண்டு 10 புதிய அரசுகலை அறிவியல் கல்லூரிகள் திறக்கப்படுகின்றன. இதை ஏதோ பெயரளவுக்கு செய்கிறோம் என்றில்லாமல், அவற்றின் தரத்தை உறுதி செய்ய தேசிய மதிப்பீடு மற்றும் தரச் சான்றுக் குழுவின் தரநிலையை எட்டுவதற்கான முயற்சிகளை இந்த அரச மேற்கொள்ளும் என்பது இந்த அரசு எதையும் வெறும் எண்களாக மட்டும் செய்கிற அரசல்ல என்பதை உணர்த்துகிறது.

34. இந்த கொரோனா காலத்தில் இணைநோய்களுக்காக மருத்துவ மனைகளுக்கு செல்வது என்பதே ஒரு சவாலாக உள்ளது. இதை நம்முடைய மாண்புமிகு முதலமைச்சர் அவர்கள் கடந்த ஆண்டே சுட்டிக் காட்டினார்கள்.

35. இந்த சூழலில் அனைத்து மக்களையும் மனதில் வைத்து மக்களைத் தேடி மருத்துவம் எனும் திட்டம் ரூ.257.16 கோடி செலவில் செயல்படுத்தப்பட்டு வருகிறது.

36. இந்த திட்டத்தின் மூலம் மருத்துவர்கள் - செவிலியர்கள் வீட்டுக்கே சென்று மருத்துவம் அளிப்பதன் மூலம் தமிழ் நாட்டின் சுகாதார கட்டமைப்பு இன்னும் வலுவாகி மற்ற மாநிலங்களுக்கு எல்லாம் முன் மாதிரியாக திகழும்.

37. விபத்தால் ஏற்படும் உயிரிழப்புகளை தடுக்க முத்தமிழறிஞர் கலைஞர் தொடங்கி வைத்த 108 ஆம்புலன்ஸ் சேவையை இன்னும் அதிகப்படுத்தும் வகையில் 1303 ஆம்புலன்ஸ் வாகனங்கள் கூடுதலாக இயக்கப்படும் என்ற அறிவிப்பு, மக்கள் நலன் மீது கழக அரசு கொண்டுள்ள அக்கறைக்கு சாட்சியாகும்.

38. இன்றைய சூழலில் இளைஞர்களுக்கு வேலைவாய்ப்பு என்பது மிகப்பெரிய விஷயமாக உள்ளது.

39. இளைஞர்களுக்கு வேலைவாய்ப்பினை உறுதி செய்ய திறன் பயிற்சி என்பது அவசியமானது என்பதன் அடிப்படையில் கழக அரசு ரூ.60 கோடி செலவில் 15 அரசு தொழிற்பயிற்சி நிலையங்களில் திறன் மேம்பாட்டு மையங்களை அமைக்கவுள்ளது வரவேற்கத்தக்கது.

40. கடந்த ஆட்சி காலத்தில் தமிழ்நாட்டில் தொழில் தொடங்குவதற்கே பெரு நிறுவனங்கள் அஞ்சின. ஏனென்றால் அந்த அளவுக்கு லஞ்சமும் கமிஷனும் தலைவிரித்தாடியது. இங்கு லஞ்சம் கொடுத்த காரணத்தால் ஒரு பெரு நிறுவனம் அமெரிக்காவில் அபராதம் கட்டிய நிகழ்வுகள் எல்லாம் இருந்தன.

41. ஆனால் நமது அரசு முறைகேடுகள் ஏதுமின்றி புதிய தொழில் தொடங்க ஏதுவாக ஒற்றைச் சாளர முறையை பின்பற்றவுள்ளது.

42. முத்தமிழறிஞர் கலைஞர் அவர்கள் சென்னையில் 2000-வது ஆண்டில் டைடல் பூங்கா அமைத்தார்.

43. இந்நிலையில் நம்முடைய அரசு நிலை - 1 மற்றும் நிலை - 11 ஆகிய நகரங்களிலும் தகவல் தொழிற்நுட்ப பூங்காக்களை அமைக்கவுள்ளது.

44. இதன் மூலம் கிராமபுறத்தில் உள்ள இளைஞர்கள் அவரவர்களுக்கு அருகாமையில் உள்ள நகரங்களில் வேலைவாய்ப்பை பெறுகிற வாய்ப்பை பெறுவர். மேலும் வேலைவாய்ப்பு என்பது ஒற்றை நகரத்தில் குவியாமல் மாநிலமெங்கும் பரவலாக்கம் செய்யப்படும் என்பது வரவேற்கத்தக்கது.

45. கடந்த 10 ஆண்டுகால அ.தி.மு.க ஆட்சியில் சென்னை மாநகரை மேம்படுத்தவென எந்த திட்டமும் செயல்படுத்தவில்லை. இந்த சூழலில் மாண்புமிகு முதலமைச்சர் அவர்கள் மேயராக இருந்தபோது அறிமுகப் படுத்திய சிங்காரச் சென்னை திட்டம் சிங்காரச் சென்னை 2.0 திட்டம் செயல்படுத்தப்படவுள்ளது. சென்னையை எழில்மிகு மாநகரமாக்கும்.

46. மாண்புமிகு பேரவை தலைவர் அவர்களே இது மட்டுமின்றி தமிழ்நாடு சட்டப்பேரவை வரலாற்றில் முதன் முறையாக வேளாண் துறைக்கென்று தனிநிதி நிலை, அறிக்கையை மாண்புமிகு அமைச்சர் அண்ணன் எம்.ஆர்.கே பன்னீர்செல்வம் அவர்கள் தாக்கல் செய்துள்ளார்.

47. விவசாயிகளுக்கு இலவச மின்சாரம் என்பது முத்தமிழறிஞர் கலைஞர் அவர்கள் கொண்டு வந்த சிறப்பான திட்டம். இந்நிலையில் அந்த திட்டம் இன்னும் ஆற்றலுடன் தொடர ஏதுவாக வேளாண் பட்ஜெட்டில் ரூ. 4508.02 கோடி செலவில் விவசாயிகளுக்கு இலவச மின்சாரம் என்பது அறிவிக்கப் பட்டுள்ளது.

48. கரும்புக்கான கொள்முதல் விலையை உயர்த்தி வழங்க வேண்டும் என்று கரும்பு விவசாயிகள் பல ஆண்டுகளாக வலியுறுத்தி வரும் நிலையில், அவர்கள் கோரிக்கையை ஏற்கும் வண்ணம் கழக அரசு கரும்பு கொள்முதல் விலை ரூ. 2900 ஆக உயர்த்தி வழங்கியுள்ளது.

பனை என்பது நம் பண்பாட்டில் பிரிக்க முடியாத ஒன்று. அந்த வகையில் பனை தொழிலை ஊக்குவிக்க ஏதுவாக, பனை வெல்லத்தை அரசு நியாயவிலை கடைகளில் விற்பனை செய்ய நடவடிக்கை எடுக்கப்படும் என்ற அறிவிப்பு வரவேற்கத்தக்க தாகும். மேலும் பனை மரங்களை பாதுகாக்கும் திட்டம் கொண்டு வரப்படும் என்பது பனை சார்ந்த தொழில்களை மேலும் ஊக்கப்படுத்தும்.

49. காலநிலையில் மாற்றம் ஏற்பட்டு வரும் இன்றைய சூழலில், மண்ணோடு இயைந்த இயற்கை விவசாயத்தை மீட்டெடுப்பது மிகவும் அவசியமான ஒன்றாகும். அதற்காக நம்மாழ்வார் பெயரில் இயற்கை விவசாய ஆராய்ச்சி மையத்தை தொடங்க உள்ளதை வரவேற்கிறேன்.

50. அதே போல நம்முடைய பாரம்பரிய நெல் விதைகளை காப்பாற்ற வேண்டிய தேவையும் இந்த சூழலில் உள்ளதை நம்முடைய கழக தலைவர் மாண்புமிகு முதலமைச்சர் அவர்கள் தலைமையிலான அரசு முழுமையாக உணர்ந்துள்ளது.

அதன் பேரில்தான், தன் வாழ்நாளை பாரம்பரிய நெல் விதை களை பெருக்கவும் அவற்றை பாதுகாக்கவும் அர்ப்பணித்த மறைந்த திரு.நெல் ஜெயராமன் அவர்கள் பெயரில், பாரம்பரிய நெல் விதைகளை பாதுகாக்கும் இயக்கம் தொடங்கப்பட வுள்ளது.

51. இப்படி விவசாயத்தை லாபகரமான தொழிலாக்கவும், இளைஞர்களும், அடுத்த தலைமுறையினரும் விவசாயத்தை நோக்கி வரவும் தேவையான அறிவிப்புகள் வேளாண் நிதி நிலையை அறிக்கையில் இடம் பெற்றுள்ளது வரவேற்கத்தக்கது.

மாண்புமிகு பேரவை தலைவர் அவர்களே! நான் தமிழ்நாடு முழுவதும் தேர்தல் நேரத்தில் பிரச்சாரம் மேற்கொண்ட போது என்னிடம் சொல்லப்பட்ட முக்கியமானவிஷயம்.

“தி.மு.க ஆட்சியில் தகுதியான பயனாளிகளை அடையாளம் கண்டு முறையாக வழங்கப்பட்ட முதியோர் உதவித் தொகை அ.தி.மு.க ஆட்சியில் பலருக்கு நீக்கப்பட்டுள்ளது” என்பதுதான்.

வீட்டிலிருந்தும் வருவாயின்றி பிள்ளைகள் இருந்து கைவிடப்பட்ட நிலையில் தவிக்கும் முதியோர்களுக்கு மீண்டும் முதியோர் உதவி தொகையை வழங்க வேண்டும் என கேட்டுக் கொள்கிறேன்.

தமிழ்நாட்டின் தலையாய பிரச்சசனைகளில் ஒன்றாக இருப்பது நீட் தேர்வு. தங்கை அனிதாவில் தொடங்கி 14 மாணவ - மாணவிகள் நீட் தேர்வால் தற்கொலை செய்து கொண்டனர். அவர்களின் பெயரை இங்கு நினைவு கூற விரும்புகிறேன்.

தங்கை அனிதா, செஞ்சி பிரதீபா, ஏஞ்சயினா ஸ்ருதி, திருச்சி சுபஸ்ரீ, அரியலூர் விக்னேஷ், கோவை சுபஸ்ரீ, திருச்செங்கோடு மோதிலால், தர்மபுரி ஆதித்யா, மதுரை ஜோதிஸ்ரீ துர்கா, தேனி ரிதுஸ்ரீ, பட்டுக் கோட்டை வைஸ்யா, பெரம்பலூர் கீர்த்தனா, நெல்லை தனலட்சுமி, விழுப்புரம் மோனிஷா என 14 மாணவர்கள் நீட் தேர்வால் தற்கொலை செய்து கொண்டனர்.

மாண்புமிகு முதலமைச்சர் அவர்களின் உத்தரவுப்படி உயிரிழந்த தங்கை அனிதா, ஆதித்யா, விக்னேஷ், மோதிலால், ஜோதிஸ்ரீ துர்கா,

ஆகியோர் வீடுகளுக்கே நான் நேரில் சென்று அந்த மாணவ மாணவியரின் பெற்றோருக்கு ஆறுதல் சொன்னேன்.

பிள்ளைகளைப் பறிகொடுத்த பெற்றோர்கள் சொன்ன ஒரே வார்த்தை நீட் வேண்டாம் என்பது தான்.

முத்தமிழறிஞர் கலைஞர் ஆட்சி காலம் வரை வராத நீட் - அம்மையார் ஜெயலலிதா ஆட்சியின்போதும் வராத நீட் தேர்வு, கடந்த ஆட்சியில்தான் திணிக்கப்பட்டது.

நீட் தேர்வை ரத்து செய்ய வேண்டும் என்று ஆரம்பம் முதலே நம்முடைய கழக தலைவர் மாண்புமிகு முதலமைச்சர் அவர்கள் வலியுறுத்தினார்கள்.

நீட் தேர்வை ரத்து செய்ய வலியுறுத்தி மாண்புமிகு முதலமைச்சர் - நம் கழக தலைவர் அவர்கள் அறிவுரைப்படி கழக இளைஞரணி சார்பில் நானும், மாணவரணி சார்பில் அதன் செயலாளர் அண்ணன் சி.வி. எம்.பி. எழிலரசன் அவர்களும் போராட்டங்களை முன்னின்று நடத்தினோம்.

ஒட்டுமொத்த தமிழ்நாட்டு மக்களின் எண்ணமும் நீட் வேண்டாம் என்பதுதான்.

மக்களின் இந்த உணர்வை பிரதிபலிக்கும் விதமாகத்தான் நீட் தேர்வு ரத்து செய்ய நடிவடிக்கை எடுக்கப்படும் என்று நம் கழக தலைவர் மாண்புமிகு முதல்வர்கள் அவர்கள் தேர்தல் வாக்குறுதி தந்திருந்தார்கள்.

தற்போது இதை மையப்படுத்தி ஆட்சி அமைத்து 100 நாட்கள் ஆகிவிட்டனவே உங்கள் வாக்குறுதி என்ன ஆகிவிட்டது என்று எதிர்க்கட்சிகள் கேட்கின்றன. எதிர்க்கட்சிகள் மட்டுமல்ல பத்திரிகைகளும், ஊடகங்களும் அத்தகையை கேள்வியை எழுப்புகின்றன.

இதற்கு நான் பதிலளிக்க விரும்புகிறேன். கடந்த அ.தி.மு.க அரசு நீட் தேர்வை தடுத்திருக்க வேண்டும். ஆனால் அவர்கள் எதையும் கண்டு கொள்ளவில்லை.

கடந்த ஆட்சிக் காலத்தின் நிர்வாக சீர் கேட்டால் அரசு என்ற ஒன்று இயக்குகிறதா இல்லையா என்றே தெரியாத நிலையில் தமிழ் நாட்டு மக்கள் போராட வலுவற்று சோர்வடைந்து இருந்தனர்.

ஒட்டுமொத்த மாநிலமே மந்தநிலையிலேயே இருந்தது. இதைப் பயன்படுத்தி கடந்த ஆட்சியாளர்கள் இன்னும் முறைகேடான செயல்களில் ஈடுபட்டனர்.

ஆனால் நம்முடைய மாண்புமிகு முதலமைச்சர் அவர்கள் நீட் ஒழிப்பின் முதல்படியாக மாண்புமிகு ஓய்வுபெற்ற நீதியரசர் ஏ.கே.ராஜன் அவர்கள் தலைமையில் கருத்து கேட்புகுழு ஒன்றை நியமித்து, அந்தக்குழு தமிழ்நாட்டு மக்களின் கருத்துக்களை கேட்டறிந்துள்ளது.

இப்படி பணிகள் சென்று கொண்டிருக்கும்போதே, நீட்தேர்வு ஏன் ரத்து செய்யவில்லை என்ற கேள்விகள் வருகின்றன.

நீட் தேர்வு என்பது தமிழ்நாட்டின் அனைத்து தரப்பையும் பாதிக் கிறது. இதில் கட்சி பேதமெல்லாம் கிடையாது.

நீட்டால் நம் தி.மு.க கழகத்துக்காரர் வீட்டு பிள்ளைகள் மட்டுமல்ல அ.தி.மு.க, பா.ம.க, காங்கிரஸ், வி.சி.க, ஏன் பாஜகவினர் வீட்டு பிள்ளை களும் பாதிக்கப்படுகின்றன.

கட்சி சாராத நடுநிலையாளர்களின் வீட்டு பிள்ளைகளும் பாதிக்கப் படுகின்றன. எனவே நாம் எல்லோரும் ஒருங்கிணைந்து செயல்பட்டு நீட் தேர்வை ரத்து செய்வதற்கான பணிகளை மேற்கொள்ள வேண்டும்.

நீட்தேர்வு என்பதை ஓர் இயக்கமாக முன்னெடுக்க வேண்டும் என்று உங்கள் வாயிலாக அனைவரையும் கேட்டுக் கொள்கிறேன்.

தேர்தல் வாக்குறுதியில் சொல்லப்பட்டது போல மகளிருக்கு இலவச பேருந்து பயணம், அதனை மாண்புமிகு முதலமைச்சர் அவர் களின் பெயரைச் சொல்லித்தான் - அதாவது கலைஞர் தொலைக்காட்சி பெட்டி வழங்கியபோது எப்படி அது கலைஞர் தொலைக்காட்சி ஆனதோ, அதேபோல நம் முதலமைச்சர் அவர்கள்

இலவச பேருந்து பயணம் அறிவித்த பிறகு நகர பேருந்தை அனைவரும் 'ஸ்டாலின் பஸ்' என்றே அழைக்கின்றனர். ஆனால் இதைப் பற்றி யாரும் பேசுவதில்லை.

52. பெட்ரோல் விலையை குறைத்தது உள்ளிட்ட நிறைவேற்றப் பட்ட வாக்குறுதிகளை பேசாதவர்கள் நீட்டை மட்டும் குறி வைப்பது ஏன்?

53. நீட் தேர்வு தவறானது என்பதை உணர்ந்துள்ள பத்திரிகைகளும் ஊடகங்களும் அவற்றின் உரிமையாளர்களும் நீட்டுக்கு எதிரான தங்களின் குரலை பதவி செய்ய வேண்டும்.

54. மாண்புமிகு முதலமைச்சர் அவர்கள் இதனை எனது அரசு என்று சொல்லவில்லை, மாறாக நமது அரசு என்று சொல்லி யுள்ளார்கள். எனவே நாம் அனைவரும் ஒன்றிணைந்து நீட் தேர்வை ஒழிக்க குரல் கொடுப்போம் என்று மாண்புமிகு பேரவை தலைவர் அவர்கள் வாயிலாக கேட்டுக் கொள்கிறேன்.

55. இந்த நேரத்தில் நான் உங்களின் வாயிலாக முதலமைச்சர் அவர்களுக்கு இரண்டு கோரிக்கைகளை முன்வைக்க விரும்பு கிறேன்.

முதலாவது கோரிக்கை : நீட் ஒழிப்பு போராளி தங்கை அனிதாவின் பெயரை அரியலூரில் கட்டப்பட்டு வரும் அரசு மருத்துவ கல்லூரிக்கு சூட்ட வேண்டும் என்று தங்கை அனிதா வின் சகோதரர் மணிரத்னம் உள்ளிட்ட அவரின் குடும்பத்தார் என்னிடம் வலியுறுத்தி வருகின்றனர். அப்படி அனிதாவின் பெயரை சூட்ட வேண்டும் என்பது என்னுடைய விருப்பமும் கூட. இந்த கோரிக்கையை மாண்புமிகு முதலமைச்சர் அவர்கள் நிறைவேற்றி தருவார்கள் என்று நம்புகிறேன்.

இரண்டாவது கோரிக்கை : நம்முடைய அரசு அமைந்ததும ஸ்டெர்லைட் ஆலைக்கு எதிராக போராடியவர்கள் மீது கடந்த அ.தி.மு.க அரசு போட்டிருந்த அத்தனை வழக்குகளும் வாபஸ் பெறப்பட்டுள்ளன. அதே போல நீட் தேர்வுக்கு எதிராக தமிழ்நாடு முழுவதும் போராட்டங்களை முன்னெடுத்தவர்கள்

மீது கடந்த அ.தி.மு.க ஆட்சியில் பதியப்பட்ட அனைத்து வழக்குகளையும் வாபஸ் பெற வேண்டும் என்று கேட்டுக் கொள்கிறேன்.

மாண்புமிகு பேரவை தலைவர் அவர்களே.... கடந்த அ.தி.மு.க அரசு ஒருபுறம் மாநிலத்தை சீரழித்தது என்றால் இன்னொரு புறம் ஒன்றிய அரசும் தமிழ்நாட்டை வஞ்சித்தது.

56. 2014 மற்றும் 2019 மக்களவை தேர்தல்களில் பாஜக அரசு பலத்துடன் அதாவது மிகப்பெரிய பெரும்பான்மையுடன் ஆட்சி பொறுப்பில் அமர்ந்தது.

57. அப்படியென்றால் அந்த அரசு எவ்வளவு பெருந்தன்மையாக நடந்து கொண்டிருக்க வேண்டும்? ஆனால் அப்படி நடக்கிறதா என்றால் இல்லை என்பதுதான் நம் அனைவரின் பதிலும்.

58. பணமதிப்பிழப்பு நடவடிக்கையால் ஏழை எளிய மக்களின் வாழ்வாதாரம் முற்றிலும் பறிபோனது. இன்றுவரை அது சரியாகவில்லை.

59. ஜி.எஸ்.டியை அமல்படுத்தியதால் நாட்டின் பொருளாதாரம் அதல பாதாளத்தில் விழுந்துள்ளது. தமிழ்நாட்டுக்கு ரூ. 15475 கோடி அளவு ஜி.எஸ்.டி பாக்கி ஒன்றிய அரசிடமிருந்து வர வேண்டியுள்ளது.

60. இது இப்படி என்றால் மாநிலத்துக்கு பல ஆண்டுக்கு முன்னர் அறிவிக்கப்பட்ட மதுரை AIMS ஒற்றை செங்கல் நட்டு வைத்த தோடு அப்படியே உள்ளது. இதனை பிரச்சாரத்தின் போது நான் சுட்டிக்காட்டி பேசினேன்.

61. இந்த பிரச்சனை தமிழ்நாட்டின் சாமானிய மக்களுக்கும் புரிந்திருக்கிறது. அதனால்தான் திருச்சியில் உள்ள செங்கல் சூளை ஒன்றிற்கு AIIMS BRICKS என பெயர் சூட்டியுள்ளனர்.

62. AIIMS பிரச்சனை இங்கு மட்டுமல்ல நாடு முழுவதும் இருக்கிறது என்பதற்கு பீகார் பிரச்சனையே சான்று.

63. நான் எப்படி பிரச்சாரத்தின்போது AIIMS மதுரைக்கு வரவில்லை என்பதை சுட்டிக்காட்ட ஒற்றை செங்கலை காட்டினேனோ,

அதேபோல பீகாரிலும் அங்கு அறிவிக்கப்பட்ட AIIMS ஐ கட்டக் கோரி செங்கலை காட்டி பீகார் பொதுமக்கள் போராட்டம் நடத்துகின்றனர்.

64. கொரோனா நேரத்தில் மருத்துவர்களின் மரணத்தைக் கூட கடந்த அ.தி.மு.க அரசு மறைத்தது.

65. எனக்கு கிடைத்த தகவலின் அடிப்படையில் தமிழ்நாட்டில் 43 மருத்துவர்கள் கொரோனா நோயால் மறைந்தார்கள் என்று கடந்த 3.8.2020 அன்று கூறியிருந்தேன்.

66. ஆனால் அதை ஏற்காத அப்போதைய சுகாதாரத்துறை அமைச்சர் விஜயபாஸ்கர் அவர்கள் நான் வதந்தி பரப்புவதாகவும் என் மீது வழக்கு தொடருவேன் என்று கூறினார்.

67. ஆனால் கடைசி வரை வழக்கு தொடரவே இல்லை. மேலும் நான் சொன்ன தகவல் உண்மை என்று இந்திய மருத்துவ கூட்டமைப்பும் அறிவித்தது. அதற்குப் பிறகு அப்போதைய அமைச்சர் அமைதியாகி விட்டார்.

68. கொரோனாவால் உயிரிழந்த மருத்துவர்களுக்கு உரிய இழப்பீடு வழங்குவதை தவிர்ப்பதற்காகவே அப்போதைய அரசு அப்படிச் செய்ததாக மருத்துவர்கள் குற்றம் சாட்டினர்.

69. ஆனால் தற்போது அமைந்துள்ள கழக ஆட்சியில், மாண்புமிகு முதலமைச்சர் அவர்கள், கொரோனாவால் பலியான மருத்துவர்கள் குடும்பத்துக்கு தலா ரூ. 25 லட்சம் நிதியுதவி வழங்கி வருகிறார்கள்.

70. அது மட்டுமில்லாமல் கொரோனா காலத்தில் பொது மக்களுக்கு நம்பிக்கை அளிக்கிற விதமாக கொரோனா நோயாளிகள் சிகிச்சை பெறுகிற அறைக்கே நம்முடைய மாண்புமிகு முதலமைச்சர் அவர்கள் PPE KIT அணிந்து சென்றார்கள்.

71. குளறுபடிகளால் மாநிலத்தின் நிதி நிலைமை எந்த அளவில் சீர்குலைந்து உள்ளது என்பதை மாண்புமிகு நிதிஅமைச்சர் அண்ணன் பழனிவேல் தியாகராஜன் அவர்கள் வெள்ளை அறிக்கை தெளிவாக எடுத்துக் கூறியிருந்தது.

72. ஒன்றிய அரசின் மீது எங்களுக்கு எந்த காழ்ப்புணர்வும் இல்லை. அவர்கள் நல்லது செய்தால் ஏற்கவும் பாராட்டவும் தயாராக உள்ளோம்.

73. ஆனால் தவறிழைக்கும் பட்சத்தில் முன்பைவிட இன்னும் வேகமாக அதனை சுட்டிக்காட்டுவோம் விமர்சிப்போம் என்பதை இந்த நேரத்தில் தெரிவித்துக் கொள்ள விரும்புகிறேன்.

74. மாண்புமிகு பேரவை தலைவர் அவர்களே....! கடந்த 100 நாட்களாக எனது தொகுதியில் பல்வேறு இடங்களில் ஆய்வுகளை மேற்கொண்டோம்.

தொகுதி மக்களின் கருத்துக்களை அறிந்தோம். அதனடிப்படையில் தொகுதியில் உள்ள பிரதான கோரிக்கைகள் ஒரு சிலவற்றை இங்கே இந்த மாமன்றத்தின் முன் வைக்கிறேன்.

எனது தொகுதியில் உள்ள கொய்யாத் தோப்பு, காக்ஸ் காலணி, நாவாள் நெடுஞ்செழியன் நகர், சிந்திாதிரிப்பேட்டை ஆகிய நான்கு குடிசை மாற்றுவாரிய குடியிருப்புகள் பழமையானதாகி விட்ட காரணத்தால், அவற்றிற்குப் பதிலாக புதிய குடியிருப்புகளை கட்டித்தர வேண்டும் என என் தொகுதி மக்கள் கோரிக்கை வைத்தனர்.

அக்கோரிக்கைகளை மாண்புமிகு ஊரக தொழில்துறை அமைச்சர் அண்ணன் தா.மோ. அன்பரசன் அவர்களின் கவனத்துக்கு எடுத்துச் சென்றோம். தற்போது நான்கு இடங்களிலும் புதிய குடியிருப்புகள் கட்டுவதற்கான முதற்கட்ட பணிகள் தொடங்கியுள்ளன.

இந்த நேரத்தில் மாண்புமிகு முதலமைச்சர் அவர்களுக்கும், இந்த பணிகளை ஒருங்கிணைக்கும் மாண்புமிகு அமைச்சர் அண்ணன் தா.மோ.அன்பரசன் அவர்களுக்கும் தொகுதி மக்கள் சார்பாக எனது நன்றியை தெரிவித்துக் கொள்கிறேன்.

மேலும் இந்த நான்கு குடிசை மாற்று குடியிருப்பு வீடுகளுக்கும் தந்தை பெரியார் - பேரறிஞர் அண்ணா - முத்தமிழறிஞர் கலைஞர் - மாண்புமிகு முதலமைச்சர் அவர்களின் பெயர்

களைச் சூட்ட வேண்டும் என்றும் மேலும் நம்முடைய இந்த நான்கு தலைவர்களின் பொதுவாழ்வை விளக்கும் வண்ணம், அந்த குடியிருப்புகளை உருவாக்க வேண்டும் என்றும் உங்கள் வாயிலாக மாண்புமிகு ஊரக தொழில்துறை அமைச்சர் அவர்களிடம் கேட்டுக் கொள்கிறேன்.

தொகுதியில் மாட்டாங்குப்பம் பகுதியில் சில மின் மீட்டர்களில் 800க்கும் மேற்பட்ட குடும்பங்கள் மின் இணைப்பை பெற்று அதிக மின்சார கட்டணம் செலுத்தி வந்தனர்.

75. கழக அரசு அமைந்த பிறகு மாண்புமிகு மின்சாரத்துறை அமைச்சர் அவர்களின் கவனத்துக்கு எடுத்துச் சென்று, மேற்சொன்ன வீடுகளுக்கு தனித்தனி மின் இணைப்பு வழங்கும் பணிகள் நடைபெற்று வருகின்றன.

76. இந்த நேரத்தில் நம் தொகுதி மக்களின் சார்பில் மாண்புமிகு மின்சாரத்துறை அமைச்சர் அவர்களுக்கு நன்றி தெரிவித்துக் கொள்கிறேன்.

77. எங்கள் தொகுதியில் அயோத்திகுப்பம், நடுங்குப்பம், மாட்டாங்குப்பம் போன்ற பின்தங்கிய பகுதிகள் உள்ளன.

இந்த பகுதிகளில் உள்ள பெண்களின் வாழ்வில் ஒளியேற்றும் வகையில், பெண்களுக்காக பெண்களே இயக்கும் பிரத்யேக கூட்டுறவு கடன் சங்கங்களை உருவாக்க வேண்டும் என்ற கோரிக்கையை உங்கள் வாயிலாக மாண்புமிகு கூட்டுறவுத்துறை அமைச்சர் அண்ணன் ஐ.பெரியசாமி அவர்களிடம் கேட்டுக் கொள்கிறேன்.

78. ஆசியாவிலேயே மிக நீளமான மெரினா கடற்கரையின் ஒரு பகுதி எனது தொகுதியில் உள்ளது.

சென்னை 2.0 திட்டத்தின் கீழ், மெரினா கடற்கரையை தூய்மைப்படுத்தி மேலும் அழகுபடுத்த வேண்டும் என்றும் கேட்டுக் கொள்கிறேன்.

79. எங்கள் தொகுதியில் மாநகராட்சி கட்டுப்பாட்டில் உள்ள சென்னை பள்ளிகள், அரசு பள்ளிகள் பல உள்ளன. அவற்றில்

பல பள்ளிகளின் கட்டிடங்கள் பழுதடைந்து உள்ளன. அவற்றை சீரமைத்துத் தருமாறு மாண்புமிகு நகராட்சி நிர்வாகத் துறை மற்றும் மாண்புமிகு பள்ளிக்கல்வித்துறை அமைச்சர்களை உங்கள் வாயிலாக கேட்டுக் கொள்கிறேன்.

என் தொகுதியிலுள்ள கழிவுநீர் குழாய்கள் 70 ஆண்டுகளுக்கு முன்பு அப்போதிருந்த மக்கள் தொகையை கணக்கில் கொண்டு அமைக்கப்பட்டவை.

அதனால் அடிக்கடி கழிவுநீர் குழாயில் அடைப்பு ஏற்பட்டு மக்கள் அவதிப்படுகின்றனர். இப்போதுள்ள மக்கள் தொகைக் கேற்ப அவற்றை மாற்றித் தருமாறு மாண்புமிகு நகராட்சி நிர்வாகத்துறை அமைச்சர் அவர்களைக் கேட்டுக் கொள் கிறேன்.

ஓர் எளியவனாக இந்தக் கோரிக்கைகளை முன் வைக்கிறேன். இவை நிறைவேறும் என்ற நம்பிக்கை எனக்கு முழுமையாக இருக்கிறது.

இப்படித்தான் காட்சிக்கு எளியவரான ஒருவர் என் வயதிலும் இளையவராக ஏறத்தாழ 65 ஆண்டுகளுக்கு முன் இந்தப் பேரவையில் தனது கன்னிப் பேச்சைத் தொடங்கினார். அது வெறும் பேச்சல்ல. விவசாயிகளுக்கான உரிமைக்குரல்.

திருக்குவளை எனும் சிற்றூரில் பிறந்து திருவாரூர் எனும் சிறு நகரத்தில் வளர்ந்து திராவிடமே தனது இயக்கமாகவும், தமிழே தனது மூச்சாகவும் கொண்டு, இளம் வளதிலேயே பொது வாழ்வில் பணிகளை மேற்கொண்டு, மொழிகாக்க சிறை சென்று, கலை இலக்கியம் நாடகம், திரைப்படம் என அனைத் திலும் தனித்துவமான தமிழால் திராவிடக் கொள்கையை எடுத்துரைத்து மக்களின் பேராதரவுடன் 1957 ஆம் ஆண்டு குளித்தலைத் தொகுதியில் முதன் முறையாக இந்தப் பேரவைக் குள் வந்த அந்த எளிய மனிதர் முத்தமிழறிஞர் கலைஞர்.

80. 13 முறை தேர்தல் களத்தில் தோல்வியே காணாத வீரராக - சட்டமன்றத்தை 60 ஆண்டுகள் அலங்கரித்து சாதனை படைத்தவர்.

81. 5 முறை தமிழ்நாட்டின் முதலமைச்சராகப் பொறுப்பேற்று அதிக காலம் இந்த மாநிலத்தை ஆட்சி செய்து வரலாற்று முக்கியத்துவம் வாய்ந்த திட்டங்களை வழங்கியவர், மக்களின் கோரிக்கைகளை நிறைவேற்றியவர். அவரை இந்திய அரசியல் திரும்பிப் பார்த்தது. டெல்லி அவர் சொல் கேட்டது.

13 வயதில் தமிழ்க் கொடியை கையில் ஏந்திய அவரது கைகள், இந்திய சுதந்திரத்தின் 25 ஆம் ஆண்டு விழாவின்போது, தேசியக் கொடியை கோட்டைக் கொத்தளத்தில் ஏற்றியது.

இந்தியாவில் உள்ள அனைத்து மாநில முதல்வர் அந்த உரிமையைப் பெற்றுத் தந்தவரும் அவர்தான்.

இந்திய சுதந்திரத்தின் 50 ஆம் ஆண்டு விழாவிலும் முதல்வராக அவர்தான் கோட்டையில் கொடியேற்றினார்.

முத்தமிழறிஞர் கலைஞர் எனும் மகத்தான அந்தத் தலைவர் பெற்றுத் தந்த உரிமையை இந்திய சுதந்திரத்தின் 75வது ஆண்டு விழாவில் கொடியேற்றி நிலை நாட்டினார். நம் மாண்புமிகு முதல்வர் முத்துவேல் கருணாநிதி ஸ்டாலின் அவர்கள்.

கழக தலைவரின் அரை நூற்றாண்டு அரசியல் அனுபவத்திற்கு தமிழ்நாடு மக்கள் தந்த வெகுமதிதான். முதலமைச்சர் எனும் பெரும் பொறுப்பு.

இந்திய ஒன்றியத்திலேயே முதல்வர்களில் முதல்வர் என்ற பாராட்டு அவரது ஓயாத உழைப்புக்கு கிடைத்துள்ள தனிச்சிறப்பு.

நான் முத்தமிழறிஞர் கலைஞரின் மடியில் தவழ்ந்தவன், மாண்புமிகு முதல்வர் அவர்களின் வழியில் நடப்பவன்.

என் தொகுதி மக்களின் உரிமைக்குரலாய் ஒலிப்பேன் தமிழநாடு அனைத்துத் துறையிலும் சிறந்து விளங்கிட அயராது பாடுபடும் நம் முதல்வருக்கு துணை நின்று உழைப்பேன் என்று உங்கள் வாயிலாக உறுதியளிக்கிறேன். நன்றி. வணக்கம்!"

இவ்வாறு உதயநிதி ஸ்டாலின் உரையாற்றினார்.

75
கலைஞரின் பேரனாக இருப்பது எவ்வளவு பெருமை?

இளைஞர் நலன், விளையாட்டு மேம்பாட்டுத்துறை அமைச்சர் உதயநிதி ஸ்டாலின் அமைச்சராகப் பொறுப்பேற்றுக் கொண்ட பின் மூன்று கோப்புகளில் கையொப்பமிட்டார்.

பகுத்தறிவுப் பகலவன் தந்தை பெரியார், அறிவுச்சுடர் பேரறிஞர் பெருந்தகை அண்ணா, நல்லாட்சி செய்த நாயகரும், சொல்லாலும் செயலாலும், எழுத்தாலும் தமிழைப் போற்றிய முத்தமிழறிஞர் கலைஞர் ஆகியோர் வகுத்த சமூக நீதிப்பாதையில் திராவிட மாடல் ஆட்சி நடத்தி வரும் தமிழ்நாடு முதலமைச்சர் மு.க.ஸ்டாலின் அவர்களின் அடியொற்றி செயலாற்றி வரும் சேப்பாக்கம் திருவல்லிக்கேணி தொகுதி சட்டமன்ற உறுப்பினர் உதயநிதி ஸ்டாலின் 14.12.2022 அன்று இளைஞர் நலன், விளையாட்டு மேம்பாட்டுத்துறை மற்றும் சிறப்புத்திட்ட செயலாக்கத் துறை அமைச்சராகப் பொறுப்பேற்றுக் கொண்டு தலைமைச் செயலகத் திற்கு வருகை தந்தார்.

இளைஞர் நலன் விளையாட்டு மேம்பாட்டுத் துறை மற்றும் சிறப்புத் திட்ட செயலாக்கத்துறை அமைச்சராகப் பொறுப்பேற்றுக்

கொண்ட உதயநிதி ஸ்டாலின் தமிழ்நாட்டு பாரம்பரிய விளை யாட்டுகளை ஊக்குவிக்கும் வகையிலும் விளையாட்டு வீரர்களின் நலனுக்காகவும் மூன்று முக்கிய கோப்புகளில் கையொப்பமிட்டார்.

மாண்புமிகு தமிழ்நாடு முதலமைச்சர் திரு. மு.க. ஸ்டாலின் அவர்கள் 44வது செஸ் ஒலிம்பியாட் நிறைவு விழாவின்போது, 'ஒலிம்பிக் விளையாட்டுக்கள் மற்றும் கபடி சிலம்பாட்டம் ஆகிய இரண்டு பாரம்பரிய விளையாட்டுக்களுக்காக மாநில மற்றும் மாவட்ட அளவிலான முதலமைச்சர் கோப்பைக்கான விளை யாட்டுப் போட்டிகள் விரைவில் நடத்தப்படும் என்று அறிவிக்கப் பட்டது.

அந்த அறிவிப்பிற்கிணங்க தமிழ்நாடு விளையாட்டு மேம்பாட்டு ஆணையத்தால் நடத்தப்படும் 2022-23 ஆம் ஆண்டிற்கான முதலமைச்சர் கோப்பைக்கான விளையாட்டுப் போட்டிகளில் தமிழகத்தின் தொன்மை யான பாரம்பரிய விளையாட்டுக்களான கபடி மற்றும் சிலம்பாட்டத் தினைச் சேர்த்தது, முந்தைய காலங் களில் ஒரே ஒரு பிரிவில் மட்டுமே 10 விளையாட்டுகளில் மாநில போட்டிகள் நடத்தப்பட்டன.

தற்போது பாரம்பரிய விளையாட்டுக்களும் இடம் பெறும் வகை யிலும், மாற்றுத் திறனாளிகள், பொது மக்கள், அரசு ஊழியர்கள் என அனைவரையும் உள்ளடக்கி, 16 பிரிவுகளில் போட்டிகள் நடத்தும் வகையிலும் முதலமைச்சர் கோப்பைக்கான விளையாட்டுப் போட்டிகள் ரூ. 47,0472800 செலவில் நடத்துவது, நடத்திட மாநில அளவிலான ஒருங்கிணைப்புக்குழு மாவட்ட இளைஞர் நலன் மற்றும் விளையாட்டு மேம்பாட்டுக்குழு மற்றும் மாவட்ட அளவிலான போட்டிகளை நடத்தும் குழு ஆகிய குழுக்களை அமைக்க கோரும் கோப்பில் உதயநிதி ஸ்டாலின் கையொப்ப மிட்டார்

நலிந்த நிலையிலுள்ள சிறந்த விளையாட்டு வீரர்களுக்கு ஓய்வூதியம் வழங்கும் திட்டத்தின் கீழ் கபடி விளையாட்டு வீரர்களான கரூர் மாவட்டத்தைச் சேர்ந்த எச். ஜாபர் கே.கிருஷ்ணமூர்த்தி மற்றும் தூத்துக்குடி மாவட்டத்தைச் சேர்ந்த ஏ.கிறிஸ்டோபர், பளு தூக்கும்

வீரர்கள், சேலம் மாவட்டத்தைச் சேர்ந்த எஸ். ஜெகநாதன், தென்காசி மாவட்டத்தைச் சேர்ந்த திரு.ஆர். குத்தாலிங்கம், திருவாரூர் மாவட்டத்தைச் சேர்ந்த வி.கோவிந்தராஜ் கோயம்புத்தூர் மாவட்டத்தைச் சேர்ந்த பூம்பந்து விளையாட்டு வீரர் ஏ.எல். கலீல்ரகுமான், கன்னியாகுமரி மாவட்டத்தைச் சேர்ந்த சதுரங்க விளையாட்டு வீரர் எஸ். சிவராஜன் ஆகிய ஒன்பது விளையாட்டு வீரர்களுக்கு 01.03.2022 முதல் 01.08.2022 வரை மாதம் ரூ. 3000/- ஓய்வூதியம் வழங்குவதற்கு, 02.08.2022 முதல் ஆயுட்காலம் வரை ரூ. 6000/- ஓய்வூதியம் வழங்குவதற்கான கோப்பில் கையொப்பமிட்டார்.

சர்வதேச துப்பாக்கி சுடுதல் விளையாட்டு கூட்டமைப்பின் சார்பில் பெரு நாட்டின், லிமா நகரில் 27.9.2021 முதல் 10.10.2021 வரை நடைபெற்ற ஜுனியர் உலக சாம்பியன் ஷிப் போட்டியில் 25 மீட்டர் ஸ்டாண்டர்டு பிஸ்டல் பெண்களுக்கான தனிப்பிரிவில் வெள்ளிப் பதக்கம் வென்ற கோயம்புத்தூர் மாவட்டத்தைச் சேர்ந்த செல்வி நிவேதிதா அவர்களுக்கு ஊக்கத்தொகை வழங்குவதற்கான கோப்பில் உதயநிதி ஸ்டாலின் கையொப்பமிட்டார்.

அதனைத் தொடர்ந்து இளைஞர் நலன் விளையாட்டு மேம்பாட்டுத் துறை மற்றும் சிறப்புத்திட்ட செயலாக்கத்துறை அமைச்சர் உதயநிதி ஸ்டாலின் ஒன்பது வீரர்களுக்கு மாதாந்திர ஓய்வூதியம் வழங்குவதற்கான ஆணைகளையும் செல்வி நிவேதிதா அவர்களுக்கு ரூ 4லட்சம் உயரிய ஊக்கத் தொகைக்கான காசோலையினையும் வழங்கினார்.

✡

76
இந்தியாவின் விளையாட்டுத் தலைநகரம் தமிழ்நாடு

தமிழ்நாட்டை இந்திய நாட்டின் விளையாட்டு தலைநகரமாக மாற்றுவோம் என்றும் முதற்கட்டமாக 10 சட்டமன்ற தொகுதிகளில் ஒரு மினி விளையாட்டு அரங்கம் கட்டப்படும் என்றும் ஆய்வுக் கூடத்தில் அமைச்சர் உதயநிதி ஸ்டாலின் பேசினார்.

இளைஞர் நலன் மற்றும் விளையாட்டு மேம்பாட்டுத் துறை அமைச்சர் உதயநிதி ஸ்டாலின் தலைமையில் சென்னை தலைமைச் செயலகத்தில், இளைஞர் நலன் மற்றும் விளையாட்டு மேம்பாட்டு ஆணையம், தமிழ்நாடு உடற்கல்வியியல் மற்றும் விளையாட்டு பல்கலைக்கழகம், நாட்டு நலப்பணித் திட்டம். தேசிய மாணவர் படை மற்றும் நேரு இளையோர் மையம் ஆகியவற்றின் செயல் பாடுகள் குறித்து சம்பந்தப்பட்ட துறை அலுவலர்களுடன் ஆய்வு மேற்கொண்டார். அக்கூட்டத்தில் அமைச்சர் உதயநிதி ஸ்டாலின் பேசியதாவது :

தமிழ்நாடு முதல் அமைச்சர் கோப்பை விளையாட்டு போட்டியில் தமிழ்நாடு முழுவதும் இருந்து சுமார் 3.25 லட்சம் விளையாட்டு வீரர், வீராங்கனைகள் பங்கேற்றுள்ளனர். இவ்வளவு வீரர் வீராங் கனைகளை நம்மால் கையாளக்கூடிய அளவிற்கு விளையாட்டு

கட்டமைப்பு உள்ளது என்பதை நினைக்கும்போது மிகவும் பெருமையாக உள்ளது.

முதற்கட்டமாக தமிழ்நாட்டில் 10 சட்டமன்ற தொகுதிகளில் ஒரு மினி விளையாட்டு அரங்கம் கட்டுவதற்கான பணிகள் தொடங்கப்பட உள்ளது. அதே போல் எளிய பின்னணியில் இருந்து வரும் விளையாட்டு வீரர், வீராங்கனைகளை ஊக்குவிக்க அவர் களது பொருளாதார தேவைகளை நிறைவு செய்ய முதன் முறையாக தமிழ்நாடு சாம்பியன்ஸ் அறக்கட்டளை தொடங்கப்பட்டுள்ளது.

பன்னாட்டு போட்டிகளையும் தெளிவான திட்டமிடுதலோடு நடத்தக்கூடிய திறமை பெற்றவர்கள் என்பதை நிரூபித்து, செஸ் ஒலிம்பியாட் ஆசிய ஹாக்கி சாம்பியன்ஷிப், சர்வதேச ஸ்குவாஷ், சர்வதேச போட்டிகளை வெற்றிகரமாக நடத்தியுள்ளோம்.

வரும் வாரங்களில் ஹெச்.சி.எல். நிறுவனத்துடன் இணைந்து சைக்ளத்தான் போட்டியினை நடத்த உள்ளோம். சென்னை பார்முலா ரேசிங் சர்க்யூட் உள்ளிட்ட பல சர்வதேச போட்டிகளை யும் நடத்தி உள்ளோம்.

குளோபல் ஸ்போர்ட் சிட்டி ஒலிம்பிக் அகாடமிகளையும் தொடங்க உள்ளோம். வருகிற ஜனவரி மாதம் கேலோ இந்தியா இளைஞர் விளையாட்டு போட்டிகளை நடத்த உள்ளோம். இதற்கான 36 மையங்கள் தொடங்கப்பட உள்ளது.

தமிழ்நாட்டை இந்தியாவின் விளையாட்டு தலைநகரமாக மாற்ற வேண்டும் என்ற நோக்கத்துடன் தமிழ்நாடு அரசுடன் இளைஞர் நலன் மற்றும் விளையாட்டு மேம்பாட்டுத்துறை முழுமையாக ஈடுபடுத்திக் கொண்டு உழைத்து வருகிறது.

தேசிய மற்றும் சர்வதேச போட்டிகளில் சாதிக்கும் வீரர் வீராங்கனைகளுக்கு 2021 ஆம் ஆண்டு முதல் இதுவரை ரூ 65 கோடி வழங்கியுள்ளோம். நாட்டு நலப்பணித் திட்டத்திற்காக முதல் அமைச்சர் ரூ. 50 லட்சம் நிதி ஒதுக்கீடு செய்துள்ளார்.

இந்த ஆய்வுக் கூட்டத்தில் இளைஞர் நலன் மற்றும் விளையாட்டு மேம்பாட்டுத்துறை கூடுதல் தலைமைச் செயலாளர் அதுல்ய மிஸ்ரா, தமிழ்நாடு விளையாட்டு மேம்பாட்டு ஆணைய உறுப்பினர் செயலர் ஜெ.மேகநாத ரெட்டி மற்றும் பல அலுவலர்கள் கலந்து கொண்டனர்.

✡

77

உதயநிதியின் விளையாட்டுத்துறை புத்துணர்ச்சி பெற்றுள்ளது

உதயநிதி பொறுப்பேற்ற பின் விளையாட்டுத்துறை புத்துணர்ச்சி பெற்றுள்ளது என முதலமைச்சர் மு.க.ஸ்டாலின் தெரிவித்துள்ளார்.

விளையாட்டுத்துறையில் உதயநிதிக்குப் பெருமையும், உதயநிதி யால் விளையாட்டுத் துறைக்கு சிறப்பும் ஏற்பட்டுள்ளது.

சென்னை நேரு உள்விளையாட்டு அரங்கில் நடைபெற்ற 'களம் நமதே' முதலமைச்சர் கோப்பை 2023 நிறைவு விழாவில் உரை யாற்றிய முதலமைச்சர் மு.க.ஸ்டாலின் விளையாட்டு பிள்ளையாக இருக்கிறான் என்ற வளர்ந்த பிள்ளையைப் பார்த்து சிலர் நினைப்பது உண்டு.

விளையாட்டு வீரர்களோடு எப்போதும் அமைச்சர் உதயநிதி ஸ்டாலின் இருக்கிறார். விளையாட்டுத் துறையின் செயல்பாடுகளைப் பார்க்கும்போது பெருமையாக இருக்கிறது. உதயநிதி பொறுப் பேற்றபின் விளையாட்டுத்துறை புததுணர்ச்சி பெற்றுள்ளது.

உலக விளையாட்டு வீரர்கள் மட்டுமல்ல, உள்ளூர் விளையாட்டு வீரர்களையும் சிறப்பாக நடத்துவோம் என்பதற்கு எடுத்துக்காட்டு முதலமைச்சர் கோப்பை தொடர்.

மாநில அளவில் வெற்றி பெற்ற வீரர்கள் இந்திய அளவில் வெற்றிக்காக உழைக்க வேண்டும். விளையாட்டு வீரர்களான நீங்கள் மட்டுமல்ல நாங்களும் இந்தியாவுக்காகத்தான் பாடுபடு கிறோம் எங்கள் அணியும் இண்டியா அணிதான். அந்த வெற்றிக் காகத்தான் நாங்களும் ஒருங்கிணைந்து டீம் ஸ்பிரிட்டுடன் பாடுபடுகிறோம்.

பாரம்பரிய விளையாட்டான சிலம்பம், கபடி ஆகியவை சேர்க்கப் பட்டுள்ளன. 10 விதமான போட்டிகள் நடத்தப்பட்ட நிலையில் தற்போது 15 வகையான போட்டிகள் நடத்தப்படுகின்றன. தமிழகத்தில் விளையாட்டுத் துறையின் வளர்ச்சி பெருமையளிக்கிறது.

செஸ் ஒலிம்பியாட் போட்டியின்போது தான் முதலமைச்சர் கோப்பை குறித்து அறிவிக்கப்பட்து. முதலமைச்சர் கோப்பையில் 3.7 லட்சம் பேர் பங்கேற்றத்தை வெற்றியாக கருதுகிறேன்.

அணி கூட்டுழைப்பை உருவாக்குவதில் தமிழக விளையாட்டுத் துறை வெற்றி அடைந்துள்ளது. விளையாட்டில் வெற்றி, தோல்வி முக்கியமல்ல. சளைக்காமல் பங்கேற்பதே முக்கியம்.

போட்டிகளில் பரிசுகளை வழங்குவதோடு மட்டும் அரசின் கடமை முடிந்து விடாது விளையாட்டு வீரர்களை மதித்து நல்ல சூழலை உருவாக்கித் தருவதும் அரசின் கடமை என்று கூறியுள்ளார்.

☼

78

சனாதன ஒழிப்பு மாநாடு சர்ச்சை

தி.மு.க இளைஞர் அணிச் செயலாளரும் அமைச்சருமான உதயநிதி ஸ்டாலின் தி.மு.க சார்பில் சென்னை காமராஜர் அரங்கில் நடைபெற்ற சனாதன ஒழிப்பு மாநாட்டில் பங்கேற்றார்.

இந்த மாநாட்டில் பேசிய உதயநிதி ஸ்டாலின் 'இந்த மாநாட்டின் தலைப்பில் 'சனாதன எதிர்ப்பு மாநாடு' என்று நீங்கள் போட்டிருக் கிறீர்கள்.

சிலவற்றை நாம் ஒழிக்கத்தான் வேண்டும். எதிர்க்க முடியாது. கொசு, டெங்கு காய்ச்சல், மலேரியா, கொரோனா இதையெல்லாம் நாம் எதிர்க்கக் கூடாது. ஒழித்துக் காட்ட வேண்டும். அப்படித்தான் இந்த சனாதனம். சனாதனத்தை எதிர்ப்பதை விட ஒழிப்பதே நாம் செய்ய வேண்டிய முதல் காரியம்.

சனாதனம் என்கிற பெயரே சமஸ்கிருதத்தில் இருந்து வந்ததுதான். சனாதனம் சமத்துவத்திற்கும் சமூக நீதிக்கும் எதிரானது.

சனாதனம் என்பதன் அர்த்தம் என்ன? நிலையானது. அதாவது மாற்ற முடியாதது. யாரும் கேள்வி கேட்க முடியாது என்பதுதான் சனாதனத்திற்குரிய அர்த்தம்.

எல்லாவற்றையும் மாற்ற வேண்டும். எதுவுமே நிலையானது கிடையாது. எல்லாவற்றுக்கும் நாம் கேள்வி கேட்க வேண்டும் என்பதற்காக உருவான இயக்கம்தான் இந்த கம்யூனிஸ்ட் இயக்கமும் திராவிட முன்னேற்ற கழகமும்' என்று உதயநிதி ஸ்டாலின் பேசினார்.

சனாதனம் மலேரியா, டெங்கு போன்றது, அதை ஒழிக்க வேண்டும் என உதயநிதி ஸ்டாலின் பேசியது டெல்லி வரை எதிரொலித் துள்ளது.

உதயநிதி ஸ்டாலினின் இந்தப் பேச்சு சட்ட விரோதமானது என்றும் அவர்மீது சட்டப்படி நடவடிக்கை எடுக்க வேண்டும் என்றும் வலியுறுத்தி உச்சநீதிமன்ற வழக்கறிஞர் வீனித் ஜிண்டால் டெல்லி போலீசில் புகார் அளித்துள்ளார்.

உதயநிதியின் பேச்சுக்கு எதிர்ப்பு தெரிவித்து பாஜக ஐ.டி பிரிவு தலைவர் அமித் மாள்வியா சனாதன தர்மத்தை பின்பற்றும் 80 சதவீத மக்களை இனப்படுகொலை செய்ய அமைச்சர் உதயநிதி அழைப்பு விடுப்பதாக குற்றம் சாட்டினார்.

அதற்கு பதிலளித்த அமைச்சர் உதயநிதி ஸ்டாலின் சனாதன தர்மத்தை பின்பற்றும் மக்களை இனப்படுகொலைக்கு அழைக்க வில்லை என்றும் பல சமூக கேடுகளுக்கு சனாதன தர்மம்தான் காரணம் என்று நம்புகிறேன் என்றும் தெரிவித்தார்.

இந்நிலையில் சென்னை எழும்பூரில் உள்ள மேயர் ராதாகிருஷ்ணன் ஹாக்கி ஸ்டேடியத்தில் நடைபெற்ற ஹாக்கி போட்டியில் வெற்றி பெற்ற அணிகளுக்கு பரிசளித்த அமைச்சர் உதயநிதி ஸ்டாலின் பின்னர் செய்தியாளர்களைச் சந்தித்தார்.

அப்போது பேசிய அமைச்சர் உதயநிதி ஸ்டாலின் 'ஒட்டுமொத்த இந்தியாவே சனாதனம் குறித்து பேசிக் கொண்டு இருக்கிறது. இன்னமும் பேச வேண்டும். நான் முன்பே சொன்னதுபோல் நிறைய பேருக்கு வயிற்றெரிச்சல் வந்துள்ளது.

ஜெனோசைட் என்று நான் சொன்னதாக சிலர் பேசுகின்றனர். சனாதனம் என்ற கோட்பாட்டை ஒழிக்க வேண்டும் என்றுதான்

பேசினேன். இனிமேலும் அப்படித்தான் பேசுவேன். எத்தனை வழக்குகள் போட்டாலும் சந்திக்க தயாராக இருக்கிறேன்.

திராவிடத்தை ஒழிக்க வேண்டும் என்கிறார்கள் சிலர். அதற்கு தி.மு.க.வினரை எல்லாம் கொலை செய்வதாக அர்த்தமா? பிரதமர் மோடி 'காங்கிரஸ் இல்லாத பாரதம்' என்கிறார். அப்படி என்றால் காங்கிரஸ்காரர் களை பிடித்து சொல்லப் போகிறார்களா?

எல்லோருக்கும் எல்லாம் கிடைக்க வேண்டும் என்பதே திராவிடக் கொள்கை. முன்பு பெண்கள் படிக்கக்கூடாது. பல ஆண்டுகளுக்கு முன்பு மேலாடை அணியக்கூடாது. கோயில்களுக்கு செல்லக் கூடாது என்றார்கள். இதையெல்லாம் மாற்றிய திராவிட மாடல் பெண்களுக்கான உரிமைகள் மறுக்கப்பட்டபோது அதை மாற்றியது தான் திராவிட மாடல். என்ன வழக்கு போட்டாலும் சந்திப்போம்.

நாம் நம் குழந்தைகளைப் படிக்க வைப்பதற்காக யோசித்து திட்டங்களைக் கொண்டு வருகிறோம். ஆனால் பாசிஸ்ட்டுகள் நம் குழந்தைகளைப் படிக்க விடாமல் செய்வதற்கு என்ன வழி என யோசித்து அதற்கான திட்டங்களைக் கொண்டு வருகிறார்கள்.

இந்தியா கூட்டணி கூட்டம் வெற்றியடைந்து வருகிறது அவர்களை ரொம்ப தடுமாற்றம் அடைய வைத்துள்ளது. இந்தியா கூட்டணி வலுப்பெற்றுள்ளதை திசை திருப்பவே பா.ஜ.க.வினர் வேண்டு மென்றே போலிச் செய்தி பரப்புகின்றனர். வதந்தி பரப்புபவர்கள் மீது சட்டப்படி நடவடிக்கை எடுக்கப்படும்.

எனக்கு மதம் ஜாதி போன்றவற்றில் நம்பிக்கை இல்லை. எனக்கு எல்லா மதமும் ஒன்றுதான். ஒன்றே குலம் ஒருவனே தெய்வம்.

சனாதனம் குறித்து அ.தி.மு.க நிர்வாகிகளிடம் கொஞ்சம் கேட்டுச் சொல்லுங்கள். சாதிய மத பாகுபாடு நீங்க வேண்டும் என நான் பேசியது குறித்து அ.தி.மு.க.வினரிடம் கருத்து கேளுங்கள் என்று தெரிவித்தார் உதயநிதி ஸ்டாலின்.

சனாதனம் குறித்த உதயநிதி ஸ்டாலின் கருத்துக்கு எதிர்வினை ஆற்றியிருக்கும் ஜெகத்குரு, பரமஹம்ச ஆச்சார்யா, உதயநிதி ஸ்டாலின் தலையைக் கொண்டு வருபவர்களுக்கு ரூ. 10 கோடி

சன்மானம் அறிவிக்கிறேன். அவரது தலையை யாரும் கொண்டு வரவில்லை என்றால் என் கையால் நானே அவரது தலையைத் துண்டிப்பேன். அதற்காக என் வாளையும் தயார் செய்து விட்டேன்' எனக் கூறியுள்ளார்.

அயோத்தியைச் சேர்ந்த இந்த சாமியார், உதயநிதி ஸ்டாலினுக்கு மற்ற மதங்களைப் பற்றி அதே மாதிரி பேசத் துணிச்சல் இருக்கிறதா, மற்ற மதங்களைப் பற்றி இப்படிச் சொன்னால் தலை போயிருக்கும் என்றும் தெரிவித்துள்ளார்.

சனாதன தர்மம் மனிதாபிமானம், அகிம்சை என்பதை வலியுறுத்து கிறது என்றும், நாங்கள் மனிதநேயம் கொண்டவர்கள், ஆனால் பேய் களையும் கொல்வோம்' என்று கூறியுள்ளார்.